சந்திரா தங்கராஜ், தேனி மாவட்டத்திலுள்ள கூடலூரில் பிறந்தவர். தற்போது சென்னையில் வசிக்கிறார். ஆறாம்திணை, ஆனந்தவிகடன், குமுதம் இதழ்களில் பத்திரிக்கையாளராகப் பணியாற்றிய இவர், பின்பு சினிமாத் துறையில் பணிபுரிந்து தற்சமயம் ஒரு திரைப்படத்தை இயக்கி வருகிறார். *"பூனைகள் இல்லாத வீடு"*, *"காட்டின் பெருங்கனவு"*, *"அழகம்மா"* ஆகிய சிறுகதைத் தொகுப்புகளும், *"நீங்கிச் செல்லும் பேரன்பு"*, *"வழிதவறியது ஆட்டுக்குட்டியல்ல கடவுள்"* ஆகிய கவிதைத் தொகுப்புகளும் வெளிவந்திருக்கின்றன. "புதுமைப்பித்தன் நினைவுச் சிறுகதை பரிசு", சிறந்த சிறுகதைத் தொகுப்புக்கான "ஆனந்த விகடன் விருது", நெய்தல் அமைப்பின் "சுந்தர ராமசாமி விருது", விஜய் டீவியின் இலக்கியத்திற்கான "சிகரம் தொட்ட பெண்கள் விருது" உள்ளிட்ட விருதுகளைப் பெற்றிருக்கிறார்.

மிளகு

சந்திரா தங்கராஜ்

எதிர்
வெளியீடு

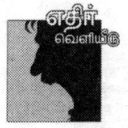

மிளகு

சந்திரா தங்கராஜ்

முதல் பதிப்பு: நவம்பர் 2020
எதிர் வெளியீடு,
96, நியூ ஸ்கீம் ரோடு, பொள்ளாச்சி – 642 002
தொலைபேசி: 04259 226012, 99425 11302

விலை: ரூ. 170

அட்டை ஓவியமும், வடிவமைப்பும்: ரோஹிணி மணி

Milagu
Chandra Thangaraj
Copyright © Chandra Thangaraj

First Edition: November 2020
Published by
Ethir Veliyeedu, 96, New Scheme Road, Pollachi- 642 002.
email: ethirveliyedu@gmail.com
www.ethirveliyedu.in

ISBN: 978-81-947340-1-7
Printed at Jothy Enterprises, Chennai.

All rights reserved. No part of this book may be reprinted or reproduced or utilised in any form or by any electronic, mechanical or other means, now known or hereafter invented, including photocopying and recording, or in any information storage or retrieval system, without permission in writing from the Publisher.

சமர்ப்பணம்

நாலாம்மைல் மலைக்காட்டையும் என்னையும் தோளில் சுமந்து திரிந்த பெரியப்பா மாயாண்டிக்கும், அவர் உலுப்ப உலுப்ப உதிர்ந்து நான் சேகரித்த மிளகுகளுக்கும், எப்போதும் என்னை உற்றுநோக்கிக் கொண்டிருக்கும் மேற்குத் தொடர்ச்சி மலைக்கும்.

நன்றி

கோணங்கி, சமயவேல், வண்ணதாசன்,

நரன், வெய்யில், ச. துரை,

வே.நி. சூர்யா, சரவணன் சந்திரன், கவிதா சொர்ணவல்லி,

ஜி. கார்ல் மார்க்ஸ், அகரமுதல்வன், லீனா மணிமேகலை,

தமயந்தி, ஆதிரன், உமையாழ்,

சரோ லாமா, ஆம்ரோ கார்த்தி, அதிரூபன்.

"கனலி" க. விக்னேஷ்வரன்

"யாவரும்.காம்" ஜீவகரிகாலன்

"வாசகசாலை" அருண்

"ஓலைச்சுவடி" திலீபன்.

மற்றும்

எழுதுவதற்கான சூழலை அமைத்துக் கொடுத்த வீ.கே.சுந்தர், பௌஷ்யா, அபினவ், சக்தி ஆகிய குடும்பத்தினர்களுக்கு என் அன்பு.

நான் எழுதவேண்டும் என்று அன்பாகக் கண்டித்து, எழுதியதும் உற்சாகப்படுத்தி, புத்தகம் ஆக்கம்வரை உடனிருந்த ஜெயராணிக்கு நன்றியையும் என்றும் மாறாத அன்பையும் உரித்தாக்குகிறேன்.

மலை என்பது ஒரு நீளமான மரம்

பசுந்திணைப்பட்சி

எவ்விடம் இருந்தாய் என்று கேட்காதீர்கள்
நான் இங்கேதான் இரண்டாயிரம் ஆண்டுகளாக
காட்டின் பாடல்களைப் பாடிக்கொண்டிருக்கிறேன்
ஆண்டாண்டுகாலப் பழமையான சூரியன்
தினம் தினம் என்னைப் பிறக்கச் செய்கிறது
குளிர்ந்த மலையில் என்னருகில் அமருங்கள்
ஜவனவெண்ணல் அரிசிச்சோற்றோடு
தேறல் கள்குடித்து இவ்விரவைக் கடப்போம்.

காடோடி

அப்பாவிற்கு நீளமான கால்கள்
எப்போதும் கையில் விதைத்தவசங்களுடன்
காடோடிக்கொண்டே இருந்தார்
கூடவே நாங்களும்

"சாவதற்கு ஒரு நிலம் வேண்டும் மகனே"
என்கிற அப்பத்தாவின் ஓயாத வேண்டுதலில்
அன்று மேற்குவழிப் பயணமானோம்
முகத்தில் பனிவெயிலை ஏந்தியபடி
தடிசங்காட்டுக்குள் நடந்தோம்
அம்மாவின் தலைக்கூடையிலிருந்த பருப்பலகை
காட்டை வேடிக்கைப் பார்த்தபடி வந்தது
அவள் இடுப்பிலிருந்து தங்கை நழுவிக்கொண்டே வந்தாள்
மரப்பொந்துக்குள் குஞ்சு பொரித்திருந்த இருவாட்சி
இணைவரவுக்காய் குரலெழுப்பிக் கொண்டிருந்தது

"மனுசங்க நடமாட்டம் இல்லாத எடத்திலதான்
இருவாச்சி குஞ்சு பொரிக்கும்" என்றார் அப்பா

அதற்குமேல் நடக்க முடியாத அப்பத்தா
மூட்டையை கீழிறக்கினாள்
அண்ணன் தன் எருமைக்கன்றுக்கு புல்லறுக்கப் போனான்
நான் அத்திப்பழங்களை மண்ணூதி தின்றுகொண்டிருந்தேன்
மூன்று கற்களைத் தேடியெடுத்து அடுப்புக்கூட்டினாள் அம்மா
அப்பா குடிசைபோட கம்புகளைவெட்ட
நடுவானில் சூரியன் அசையாது நின்றது.

மாய இழை

பாவாடையில் படிந்த ரத்தக்கறையை
மலையாற்றில் கழுவுகிறாள் சிறுமி
அவள் தேய்க்கத் தேய்க்கப்
பாவாடையின் வெள்ளரிப்பூக்கள்
பறந்து செல்கின்றன
பூக்களை ஓடிஓடிப் பிடிக்க
கைக்கடங்காமல் பறக்கிறது பூக்களற்ற பாவாடை
அதைப் பார்த்து அழுதபடி வீட்டுக்கு ஓடுகிறாள்
வழியெங்கும் பல வண்ணப் பூக்கள்
அந்தரத்தில் பறக்கின்றன
ஊரின் அத்தனைப் பெண்களும்
பூக்களைத் துரத்துகிறார்கள்
அம்மாவும் தன் சேலைப் பூக்களை
பிடிக்க ஓடுவதைப் பார்த்து நிற்கிறாள் சிறுமி.

இன்மையில் அசைந்தாடும் நிலவெளி

மலைக்கு கீழே சமவெளி
பனிக்காலத்தின் வெயில் இறங்குகிறது
போதைப்புல்லின்மேல் முல்லைப் பூவாய்
மினுங்குகின்றன பனித்துளிகள்
கண்களில் காமத்தோடு
அசையாது நிற்கிறது இளமான்
சிணுங்கலோடு மெல்ல மெல்ல விலகும்
பருவப்பெண்ணின் வெட்கமாய்
போதைப்புல்லின் பனி தணிகிறது
முத்தமிடுவதைப் போல
காற்றிலசையும் பொன்னிறப்புற்களை
மேல்கூரை மேய அறுத்தெடுக்கிறாள் அம்மா
ஒரு அழகான வாழ்வு முடிந்துகொண்டிருப்பதை
இன்மையில் அமர்ந்து
கண்கொட்டாது பார்க்கிறேன் நான்.

செம்பரிதியை நிறுத்துவது எளிது

செங்கதிர்கள் சாய்கின்றன
பொழுதுசாய காத்திருக்கின்றன புள்ளினங்கள்
வண்டுகள் இசைக்கவும்
ஆந்தைகள் விழிக்கவும்
எல்லா உயிர்களும் மேற்கையே பார்க்கின்றன
கொடிரோஜாக்களின் அழகைக் கண்டு
காட்டெருமை நிற்க
மறைய மறுக்கிறது சூரியன்
பொழுதுகள் காற்றிலாட
தொக்கிக்கொண்டிருக்கிறது பகல்
வானச்சுவருக்குள் அலைக்கழிகிறது இரவு

எதற்காக மறைய மறுக்கிறாய் சூரியனே
காட்டெருமை நகர்ந்தால் மறைவேன்

எதற்காக நிற்கிறாய் எருமையே
ரோஜாக்கள் பூத்திருக்கின்றன நிற்கிறேன்

எதற்காகப் பூக்கிறீர்கள் ரோஜாக்களே
மேகங்கள் பொழிகின்றன பூக்கிறோம்

எதற்காகப் பொழிகிறீர்கள் மேகங்களே
மயில்கள் ஆடுகின்றன பொழிகிறோம்

எதற்காக ஆடுகிறீர்கள் மயில்களே
மேகங்கள் பொழிய ஆடுகிறோம்

மேகங்களே ஏன் பொழிகிறீர்கள்
ரோஜாக்கள் பூக்கப் பொழிகிறோம்

ரோஜாக்களே ஏன் பூக்கிறீர்கள்
காட்டெருமை பார்க்க பூக்கிறோம்

காட்டெருமையே ஏன் பார்க்கிறாய்
சூரியனை நிறுத்தப் பார்க்கிறேன்

சூரியனே நீ மறைவாயா மாட்டாயா

எருமையே நீ நகர்வாயா மாட்டாயா

ரோஜாக்களே மலர்வதை நிறுத்தமாட்டீர்களா

மேகங்களே பொழியாமல் இருந்தால் என்ன

மயிலே நீ ஆடாமல் இருந்தால் என்ன

அப்படித்தான் ஆடுவேன்

ரோஜாக்கள் பூக்கட்டும்

ரோஜாக்களே

காட்டெருமை பார்க்கட்டும்

காட்டெருமையே

சூரியன் நிற்கட்டும்.

பேழைக்குள் தழும்பும் மலை

கூந்தல் நெளிவினைப் போன்ற சாய்வில்
வானிலிருந்து கீழிறங்கி வருவதைப்போல
மலைச்சரிவில் செம்மறி ஆடுகள் இறங்குகின்றன
பேழைக்குள் தளும்பும் நீராய்
மலை அசைகிறது
கட்டங்காப்பியை குடித்தபடி பார்க்கிறேன்
அத்தனை அழகையும் வாரிச் சுருட்டி உருண்டையாக்கி
குறுமிளகுக் கொடியின் அடியில் புதைத்தேன்
சாய்மானம் இல்லாமல் நிலம் மேலெழும்புகின்றது
செம்மறி ஆடுகள் பறக்கின்றன
மலை ஆடுகளை மேய்த்தபடி போகிறது.

என் கைகள் என் காதைத் தொடவில்லை

நானொரு
வண்ணத்துப்பூச்சியாக இருந்தவள்
முக்கியமானவளும்கூட
அதனால்தான் அவர்கள்
என்னைத் தாமதமாக பள்ளியில் சேர்த்தார்கள்
இப்போது அடங்காமல் நீளும் என் கைகள்
அப்போது என் காதைத் தொடும் அளவிற்கு வளரவில்லை
என்று திருப்பியனுப்பினார்கள்
அன்றிலிருந்துதான் ஒவ்வொரு முறையும்
புறக்கணிக்கப்படும்போது
நாயைப்போல நான் குரைக்கப் பழகியதும்
என் தலைக்குப் பதில்
எருமை மண்டையோட்டின் தலையை இடம்மாற்றிக் கொண்டதும்
நானொரு வண்ணத்துப்பூச்சியில்லையென்று
நானே நம்பத்தொடங்கியதும் நடந்தேறியது.

காலரசம்

அது வசந்தகாலம்தான்
ஆனால் அது வசந்தகாலம்
என்று சொல்வதற்கு எவரும் இல்லை
பூக்கள் சுடர்விட்டு மலர்ந்து கொட்டுகிறது
தேனீக்கள் இசை நடனமாடுகின்றன
மூங்கில் மலர்கள் காற்றிலாடுகின்றன
இலைகளிலெல்லாம் காற்றின் நடனம்
காடெல்லாம் நறுமணம்.
அழகை அழகெனக் காணும் கண்களுக்காக
மஞ்சிக்காடு காத்திருக்கிறது
வசந்தமலை காத்திருக்கிறது
புள்ளினங்கள் காத்திருக்கின்றன.
புதுவுடைதரித்து அப்போதுதான்
கூட்டிலிருந்து வெளிவந்த
புத்தம்புது பட்டாம்பூச்சி
காடெங்கும் பறந்து சொல்கிறது
இது வசந்தகாலம்தானென்று.

நான் எதுவென்று சொல்கிறீர்களோ அதுவாகவே இருக்கிறேன் எப்போதும்

பெரியம்மா சொன்னாள்
"நீ பிறந்தபோது கறுத்த எலிக்குஞ்சை போலிருந்தாய்" என்று.
அப்போதிலிருந்து
பூனைகளைக் கண்டு விரண்டேன்
அப்பா நாயொன்றை வளர்க்க கொடுத்தார்
பூனைகள் என்னைக்கண்டு ஓடின
முயல்குட்டியின் உதிரத்தை தலையில் பூசிவிட்டார்
மலைத்தேனும், முள்ளம்பன்றி மாமிசமும்,
எப்போதாவது கொஞ்சம் மதுவும் மூடியில் ஊற்றிக் கொடுத்தார்
பனிரெண்டு வசந்தகாலங்கள் கழிந்தன
பெரியம்மா சொன்னாள்
"நீ குதிரைக் குட்டியைப் போலிருக்கிறாய்" என்று.

சருகிலைகளில் நிழலாடும் மாயச்சி

மிளகுக்கொடி சரம்விடத் தொடங்கிய
முன்பருவமழைக் காலமது
பழுத்த மிளகின் வாசனை நிறம் நிறமாகப் பிரிய
ஊழிச்சித்திரங்கள் நிழல்களாய் மலையிலாடியது
ஆரெஸ்வதி தைலத்தை பூசச்சொன்னாள் பாட்டி
பனிநீர்உதிர நடுங்கும் தண்டங்கீரையாய்
நொடிந்துகிடந்த அவளுடல் முன்பெல்லாம்
மலைக்குளிரைக் குடித்துக் கிடக்கும்
கொட்டும் மழையை மந்திரித்து ஊதிவிடும்
கைக்கடங்காத அணங்கவள்
நேற்றிரவு கனவில் மறையும் விளக்குகளைக் கண்டவள்
மரணத்தின் தனிப்பாடலை அடைக்கலாங்குருவி பாடுகிறது என்றாள்
காடெங்கும் துயரத்தின் பாவுகொடி

அயராத அவளது கைகளின் ரேகைகளை
எனது கைகளுக்குள் அவசர அவசரமாய்ப் பிரதியெடுத்தேன்
ஆயிரம் ரேகைகள் விரைந்தோடிய உடலை நிதானப்படுத்தினேன்
தைல வாசனையோடு
விறகுக்கட்டையாக நிமிர்ந்து மினுங்கி
என் கைகளில் மரித்தாள்
ஆரஞ்சுபழத் தோலாய் சுருங்கிய தேகம்
மாந்திரிகத்தின் புதிரான குறிசொல்லாக உறைந்துபோனது.

பேரமைதியில் குளிர்ந்துபோயிருந்த
அதிராத அவளின் ஆன்மா
மேற்குத் தொடர்ச்சி மலைக்கு உரித்தானது.
அவளுடலை காட்டோடையின் கரையில் புதைத்திருந்தோம்.
அந்நிலமெங்கும் ஆரெஸ்வதி தைலவாசனை வீசுவதாகவும்
மலைக்காற்று அவளுடலை உருட்டியபடியே இருப்பதாகவும்
மூப்பன் ஒருவன் சொல்லிச் சென்றான்.

வனமேய்ச்சல்

மலையடிவாரத்தில்
விறகொடித்துக் கொண்டிருந்தவள்
தவறிப்போய்
அடிவானத்தில் ஏறிவிட்டாள்
அவள் கீழிறங்குவதற்கான மந்திரச் சொற்கள்
மேய்ச்சல் நிலத்தின் தீவனப்புற்களில்
படிந்து கிடக்கின்றன
பசுக்கள் அவற்றை சாவகாசமாக மென்று தின்கின்றன.

மஞ்சி

வாசலில் நின்று பார்க்கிறேன்
வெள்ளைநிறப் பஞ்சுப்பொதியாய்
காட்டை முழுதும் மூடியிருக்கிறது மஞ்சி மூட்டம்.
மழைபோல் பொழியும் பனியில்
அம்மா பீன்ஸ்காய்களை பறித்துக்கொண்டிருக்கிறாள்.
அவள் வெறும்கால்களில் சொதசொதப்பான ஈரம்.
காய்ச்சலில் என் உடல் நடுங்கிக்கொண்டிருக்க,
'இனி சூரியனே வராது' என்று கத்தியபடி கம்பளிக்குள் நுழைகிறேன்.
சிறகுகளை அடித்தபடி உள்நுழைகிறது ஒரு பறவை.
மஞ்சிக்காட்டுக்குள் அது என்னை போர்வையோடு தூக்கிச்
செல்கிறது.
வெயில் தேசத்தில் விட்டுவிடென்று
அதனிடம் மெதுவாக முணுமுணுக்கிறேன்.
அது திரும்ப என் காதில் சொல்கிறது

"பனிதேசத்தில் விடச்சொல்லி
முன்பு நீதானே வேண்டினாய் குறுமிளகே.
சற்று அமைதியாக வா
இப்போது நான் தூக்கிச் செல்வது உன்னையல்ல,
உன் தலைக்குள் ஓடிக்கொண்டிருக்கும் குரங்குக்குட்டியை"
என்றது.

மலை விளையாட்டு

டெய்சியும் ஜான்சனும் உன்னியும் நானும்
வட்டப் பாறையில் அமர்ந்து வெயில் காய்ந்தபடி
தூரத்து மலையில் மேயும் மாடுகளை
எண்ணிக்கொண்டிருந்தோம்
ஒவ்வொரு முறையும் எண்ணிக்கை பிசகிக்கொண்டேயிருந்தது
மாடுகளை ஒளித்துவைத்து மலையும்
மலையை ஒளித்துவைத்து மாடுகளும்
விளையாட்டுக் காட்டின.

உடையும் விடிவெள்ளி

விடிவெள்ளி உடைந்து உடைந்து விழுகிறது
பட்டாசு வேண்டுமென
அழுது தூங்கிப்போன அவளை எழுப்பி
"வா வந்து கண்களுக்குள் வெளிச்சத்தை நிரப்பிக்கொள்"
என்கிறார் அப்பா
அவள் கண்ணுறுவதற்குள்
சாம்பலாகிறது விடிவெள்ளி
மீண்டும் அவள் அழத்தொடங்குவதற்கு முன்
அவள் முகம் காணாது அரிசி சுமையோடு
அவ்விரவில் மலையைக் கடந்தார் அப்பா

மலையந்தி

காப்பிச்செடி பூக்கும் பருவத்தில்
புதிர்க்கட்டங்களுக்குள் நுழைந்து நுழைந்து
வெளியேறுவதைப்போல
நானும் ஜான்சனும் மரங்களுக்குள் விளையாடினோம்
காடடர்ந்த நிலத்தில் வெயிலும் பனியும்
மாறி மாறி விளையாடுமே அதுபோல.
மண்ணோடு சேர்ந்த காட்டுப் பூக்களின் வாசம்
முறிந்த கிளைகளின் பச்சை வாசமென காடு கமழ்ந்தது.
பிறகு நானும் அவனும்
சிவந்த மிளகுகள் தொங்கும் கொடிகளுக்கிடையே நகர்ந்தோம்
பட்டுபோல ஊர்ந்து நகர்ந்தது வசந்தகால அணில்
அது தின்று மிச்சம்வைத்த காட்டுக்குள்
“குட்டியை எனைக்கி வளர இஷ்டமானு”
என்றபடி கைகளைப் பிடித்தான் ஜான்சன்.
அப்போது மஞ்சள் புற்களில்
மானும் மயிலும் அருகருகே படுத்துறங்க
மலைஏற்றத்தில் சமவெளி ஏறியது.
அன்று பிணைந்திருந்த எங்கள் கைகளில்
பட்டொளித்த வெயில்த் துளிகள்
கரிசலாங்கண்ணி பூக்களைப் போலிருந்தன.

என்னுடன் வாழ்வதென்பது

அத்தனை எளிதல்ல
ஒரு மலையைப்பிடுங்கி
உன் வீட்டுக்குள் வைத்துக்கொள்வது
மலைக்குப் பின்னே
சூரியன் பிரகாசிப்பதை
தூர அமர்ந்து பார்.

கனாவிழி

ஜன்னல் வழியே
ஒரு துண்டு நிலமெனத் தெரிகிறது மலை
அங்கே உச்சியில் மஞ்சக்கடம்பமரம்
பூக்களை உதிர்க்கிறது
மனக்கண்ணைத் திறக்காமல்
எதுவும் புலப்படுவதில்லை.

வெள்ளிக்காடு

அன்று எப்போதும் இல்லாதளவு பனி
கேளையாடு சத்தமெழுப்பி
குரைத்தபடி சரிவில் இறங்குகிறது
கம்பளிக்குள்ளே நடுங்கிய அம்மா
ஒருமுறை கண்களை அகலத்திறந்து
“பனிக்காலத்தில் இலைகள் ஏன் யுதிர்கின்றன” எனக்கேட்டாள்
முழுதும் நினைவு தப்பிய முகம்
காலம் குழம்பிய காட்டுப்பன்றியாய்
நாற்திசையும் உயிர்தேடி
மண்ணை முட்டி முட்டி பேத்தெடுக்கிறது
நாங்கள் தொலைதூரமாய் நகர்ந்து
இருமலைகளெனப் பிரிந்தோம்
இனி நான் நடக்கும்போது
சரிந்து சரிந்து பள்ளத்தில் விழுவேன்
உன்னிச்செடியின் புதர்களுக்குப் பின்னே
நரி நின்றிருப்பதைக் கண்டு
மயங்கிச் சரிவேன்
சாகுருவி என் போர்வையை
வாயில் கவ்விச் செல்ல
மலைப்பனி முழுதும்
என் தலையிலேயே கொட்டும்
வீட்டுச் சுவர்களில்
பச்சைநிறப்பாசி படியும்
சிம்னி விளக்கில் கறுத்தஒளி பரவும்.

இவ்வளவு பெரிய வெளியில்
நீ தொலைந்து போயிருக்ககூடாது
என் வெள்ளிக்காடே
உன்னைத் தேடும் திசையறியா

சின்னஞ்சிறு முயல்குட்டி நானென்றறிவாய்தானே
கண் முழித்துப் பார்த்தால்
நீ இல்லாத நாள்
அவ்வளவு எளிதென்று நினைத்தாயா
உருண்டுவரும் பாறைக்கு நேராக
நடுங்கும் இதயத்துடன் நிற்பதது
'ஒவ்வொரு முறையும்
என் கண்ணீர் துடைக்க
பூமி பிளந்து வருவாயா அம்மையே'
என உரக்கக் கத்தினேன்
வரையாடு ஏறா மலையின் அதிஉச்சியில்
நின்ற மூப்பன் சொன்னான்
மேலே வந்து பார்
எவ்வளவு போர்வைகள்
காற்றில் பறக்கின்றன என்பதை.

குறுமிளகு

ஐந்து மைல் தொலைவு நடக்க வேண்டும்
சிறுமலைக்கு மறுபுறம்தான் அவள் பள்ளிக்கூடம்
விரல்களால் மெதுவாக மலையை அசைக்கிறாள் சிறுமி
அதுவொரு குறுமிளகென எம்பி மிதக்கிறது
இப்படித்தான் ஒரே எட்டில்
தினமும் மலையைக் கடக்கிறாள் மாயராணி

ஐந்திணையிலும் சொல்லப்படாத நம் வாழ்வு

நாம் முத்தங்களைப் பகிர்ந்துகொள்ளவில்லை
ஆனால் கஞ்சா இலையின் போதையாய் பிரிவுகொண்டோம்
நாம் சந்தித்துக்கொள்ளவில்லை
ஆனால் நம் காதல் செவ்வான நிறத்தில் நளிர் மேகங்களாய் பூக்கின்றன.
நாம் கட்டி அணைத்துக்கொள்ளவில்லை
ஆனால் சொட்டுச் சொட்டாக விழும் மழைத்துளியாய்ப் பேசி சிரித்தோம்.
உன் முகம் நினைவில் அலைவுறவில்லை
ஆனால் நான் உன் வாசற்படியின் நிழலாய்க் கிடக்கிறேன்.
நாம் போகம் கொள்ளவில்லை
ஆனால் என் கருவறையில் பாசியாய் அப்பிக்கிடக்கிறது உன் இந்திரியம்.
நீ மடலூரவில்லை
ஆனால் நம் காமத்தை பெருந்திணை என்கின்றனர் ஊரார்.
பறித்த மலரை நீ பாசமுடன் சூடவும் இல்லை
சிற்பம் பொய்த்துவிடும் சிற்பமாய் நான் நிற்கவும் இல்லை.
நீ வீடுவரவும் இல்லை
நான் காரிகை விரதமிருக்கவில்லை.
ஆம் நாம் தனித்திருக்கிறோம்
ஒரே வானில் ஒன்றன்றறியாத நட்சத்திரத்தைப்போல.
ஆம் நாம் சேர்ந்திருக்கிறோம்
ஒரே மரத்தின் இலைகளையும் வேர்களையும்போல.
நீயறியா என் சிரிப்பு
மயானத்தில் பூத்த ஒற்றைப்பூ.
நீயறியா என் கண்ணீர்
காதலின் தேன் சுவை.
நீயறியா என் காதல்
கருப்பசாமிக்கு வைக்கும் வெள்ளை எருக்கு.
நீயறியா என் காமம்
ஆற்றில் கரையும் மண்.

மரையா

பவழமல்லி கமழும் யாமத்தில்
ஒவ்வொரு கூடலின் பின்னும்
சிறுகச்சிறுக உதடுகளில் நீயிட்ட
பனிநீர் முத்தங்களை ஏந்தினேன்.
அவ்அமைதியில் மனம் நிறைந்து
சுந்தர ஒளி மேகத்தை தழுவி
வெண்ணிலவை மறைக்கும்போது,
எங்கிருந்தோ பனிக்கத்தியொன்று
பாய்ந்துவந்து என் நெஞ்சினில் இறங்குகிறது.
தலை கிறுகிறுத்து பைத்தியம் பிடிக்க
உன் நெஞ்சினை பிளந்து காட்டென்றேன்
ரத்தம் பீறிட அதைச் செய்கிறாய்.
ஏன் இத்தனை கலக்கம்
உனக்கு என்மேல் அன்பில்லையா என்கிற
வழமையான சொற்களில் நான் ஏங்க,
என் கண்களை விடாது பார்த்தபடி
அதரங்களைக் கடித்து குருதி பரியும்
முத்தங்களைப் பொழிந்தாய்.
உடனே சமாதானமடையும் கிறுக்குப்பிடித்த
என் கண்களைத் தாழ்த்திக்கொண்டு,
திறந்திருக்கும் உன் மார்பினை
இழுத்துப் பிடித்து வெள்ளை நூல்கொண்டு மூட்டினேன்.
அயர்ந்து துயில்கொள்ளும் உன் முகத்தினை
உற்றுப்பார்த்தபடி விடியவிடிய விழித்திருந்தேன்.
விடிந்ததும் உனக்கு என்மேல் காதலில்லை என்றேன்.
உனக்கோ தலைக்கேறியது பித்தம்
என்னை இழுத்துக்கொண்டு கானலுக்குள் மறைகிறாய்.
குறிசொல்லும் கட்டுவிச்சியை கூவியழைக்கிறாய்
தாழம்பூவைச் சூடியிருக்கும் அவள்

தன் குறிக்கோலால் நம் கைரேகைகளை அளந்து
‘தொடமுடியாத் தூரத்தில் அலையும்
இணைபிரியா வரையாடுகள் நீங்கள்’ என்கிறாள்.
அப்போதே வலுவேறிய நம் கால்கள்
நீளப்பாறைகளில் தாவித் தாவி
மலையின் அதியுச்சியில் நின்றன.
இனி அப்படியே பள்ளத்தில் தலைகீழாக பாயவேண்டியதுதான் என்றேன்.
மரையா,
வரையாடுகள் ஒருபோதும் மலையிலிருந்து குதிக்காது
என்றுசொல்லி என் உதடுகளை உறிஞ்சினாய்
அப்போது அந்திச்சூரியன் மலையென எண்ணி
நம் தலைகளிலிருந்து இறங்கிச் சென்றது.

(நிலம் – குறிஞ்சி.
பெரும்பொழுது – முன்பனி.
சிறுபொழுது – யாமம், வைகறை, காலை, நண்பகல், எற்பாடு, மாலை.)

உறைபனிக் காதை

மண்ணில் உருளும் வண்டுகள்
மரத்துக்குள் புகுகின்றன
வண்டாளை மரத்தின் இலைகளை மண் மூட
பனிக்குள் மழை பெய்கிறது
யானைகளின் காலடித்தடங்கள்
கரடி வந்துசென்ற பாதை
பறவைகளின் சிறகசைவு
எல்லாம் மறைந்துவிட்டன
நமக்கிடையே இருக்கிறது
ஒரு மலை
ஒரு நதி
நீண்டதார்ச்சாலை
கடக்க முடியாத பெரும் தீவாய் மௌனம்
ஊதாப்பூக்களையும்
கொடிரோஜாக்களையும்
எண்ணிக்கொண்டிருக்கிறேன்
அவை எனக்கு கற்றுத்தருகின்றன
உதிராமல் உறைவது எப்படி என்பதை.

செவ்வந்தி

மலையின் உயரத்திற்கு
இல்லை
கடலின் ஆழத்திற்கு
இல்லை இல்லை
எவ்விடம் செல்வேனென்று
தெரியாத இறுதியில்
என் கண்களில்
நிரம்பியிருக்கிறது செவ்வந்தி
என் கனவின் கசிந்த ஒளி அதன் மஞ்சள்
என்னுடைய ஏதோ ஒன்றை
அதில் குலைத்து வைத்திருக்கிறேன்
எவர் வாழ்வுக்கும் தேவைப்படும்
அந்த ஏதோ ஒன்று.

அனாதிக் கீர்த்தனை

நான் மறையும் சூரியனைக் காண
மேற்கு நோக்கி நிற்கும்போதெல்லாம்
அந்தக்குயில் கூவுகிறது
அது எப்படி என்றால்
பிரிவின் நீண்ட தனிமையில்
வாய்விட்டழும் ஒரு பெண்ணின் துயரத்தைப்போல
அப்போதெல்லாம்
என் தொண்டைக்குள் அடைபட்டிருக்கும் முள்
அரவமின்றி பொடிந்து தூளாகும்
நீ பாடு குயிலே
என் துயர் மறைய நீ பாடு
நீ ஓடு சூரியனே
என் ஆசை நெஞ்சின்
நஞ்சூறும் நினைவைவிட்டு ஓடு.

கானவா

வேங்கைப்பூ உதிரும் போதெல்லாம்
என் உடல் சிறுத்து காற்றிலாடுகிறது
சிறுபறையென அதிர்கிறதென் இதயம்
நின்செவிகளில் உருளும் ஓசை
மலையருவியின் கொட்டும் இசையல்ல
நின் காந்தள் பெண்ணின் மெய்யுருகலே அது
வேங்கைப்பூவணிந்த கானவனே
என் நிணத்தை அறுத்து நின்வுடல் செய்வேன்
திசையுடைத்து படையுடைத்து என்னுள் புகு.

இருளாழம்

அட்டை வெகுநேரமாக
என் ரத்தத்தை உறிஞ்சிக்கொண்டிருந்தது
சிதறிய ரத்தத்துளிகள்
மலைப்பாதையில் கோலமிட்டபடி வந்தன
பல்லாண்டுகளுக்கு முன்
பதப்படுத்தப்பட்ட பிரேதத்தைப் போலிருந்தேன்.
கீத்துக் கீத்தாக அறுந்து விழுந்தன கனவுகள்
அவன் தலையாட்டி போய்வருகிறேன் என்றான்
பூந்தையல் போன்ற
அவன் நினைவுகளைச் சுருட்டி
மலையிடுக்கில் சொருகினேன்
மலையாய் நினைவு புரண்டது
மலையைச் சுருட்டி வெளியில் வீசினேன்
பூகம்பமாய் நினைவு அதிர்ந்தது
கடைசியில் என்னைச் சுருட்டி
வண்டுக்குள் புகுந்து
மஞ்சிக்காட்டின் துயர் பாடலானேன்.

நீண்டநாள் நோயுற்று படுக்கையில் இருப்பவர்

1. இன்மை

வனநிழலில் அமர்ந்து
எவ்வளவு உற்றுப்பார்த்தாலும்
மாலைப்பொழுதிலிருந்து மஞ்சள் பிரிவதை
தடுக்கவா இயலும்
அணில் உண்ணாத காட்டுக்கனி
எப்போதுமே மரத்திலா வாழப்போகிறது
முட்டி முட்டி பால்குடித்த மார்பினை விட்டு
தூரமாகிப் போவதில்லையா
அகன்ற பாதத்தைக் கொண்டவனாயினும்
காலத்தின் பிடியிலிருந்து விலகிச் செல்லவா முடியும்
அதிர அதிர வேட்டையாடி ஓய்ந்தாலும்
எருக்கம்பூ வெடிக்கும் கணநேரத்தில்
இன்மை தோள்தொட்டு அழைக்கும்
அப்போது நல்ல நடத்தையுள்ள மாணவனைப்போல
நாம் எழுந்து போவதுதான் முறை.

2. சடங்கு

என்னை புதைப்பதாயிருந்தால்
ஊதாப்பூ செடிகளுக்கிடையே புதையுங்கள்
எரிப்பதாய் இருந்தால்
என் சாம்பலை அச்செடிகளுக்கு உரமாயிடுங்கள்.

3. அணைப்பு

எப்போதும் மரணத்துடனே இருக்கிறேன்
அதனூடே வாழ்கிறேன்
கடைசியில் அதனூடே செல்கிறேன்
நீங்கள் பார்க்க வேண்டியதெல்லாம்

அது என்னை ஒரு குழந்தையைப்போல
அள்ளிச் செல்கிறதா என்பதைத்தான்.

4. கனிந்த பருவம்

நெல்மணிகள் முற்றிய பருவத்தில்
மனம் கனிந்திருக்கும்
அப்போது பறவை
பயிர் கொத்திச் செல்லும் காட்சியை
எனக்கு காணச்செய்யுங்கள்
பின் கடினமின்றி கண்ணை மூடிக்கொள்வேன்.

5. கனவிடம்

செல்லுமிடம் ஒன்றும்
அத்தனை புதிதில்லை
எப்போதும் கனவில் கண்ட
ஆப்பிள் தோட்டம்தான்.

6. நட்சத்திரப் பயணம்

எனக்கு எவ்வித அச்சமும் இல்லை
வானில் நட்சத்திரங்கள் நிரம்பியிருக்கின்றன
அதில் ஒன்றை துணையாக்கிக் கொள்வேன்.

7. கடைசி விருந்து

மரணம் ஒரு கனமான அமைதிதான்
என்னதான் செய்ய முடியும் அதற்கு
பள்ளத்தாக்கில் காற்று வீசுகிறதா
என்று எட்டிப் பார்த்துவிட்டு
ஒரு துளிப்பாலை அருந்தக்கொடுங்கள்
கடைசியில் எனக்கு கொஞ்சம்
வேர்க்காமல் இருக்க வேண்டும்.

8. மரணத்தேன்

வாடைக்காற்றுப் பருவம்
இலைகள் உதிரும் சத்தம் கேட்கிறது
என் நினைவுகள் பால்யநதியில் மிதக்கும்போதே
கொஞ்சம் படுக்கையை உயர்த்துங்கள்
என் தலைக்குமேல தேனடை தொங்குகிறது
உயிர் விலகுகையில் ஒரு துளி தேனைச் சுவைக்க வேண்டும்.

9. வருகை

இதில் வருத்தமடைய எதுவும் இல்லை
என் ஆன்மாவின் அறைகளில்
உங்களை நிரப்பியிருக்கிறேன்
காற்றாய் இலையாய்
வெடித்துப் பறக்கும் மகரந்தமாய்
முற்றத்தில் காயும் சோளத்தை
கொத்திச் செல்லும் மரகதப்புறாவாய்
இப்படி எதுவாகவேனும்
இங்கேதான் சுற்றிக்கொண்டிருப்பேன்
நீங்கள் என்னை கனிவுகொண்டு நோக்கினால் போதும்.

10. மரணத்தின் மடி

ஒரு குழந்தையைப்போல சாந்தமேறிய
என் முகத்தைப் பாருங்கள்
இதைக் கொண்டுவர
நிராசைகளை
முற்றிலுமாக அழிக்க வேண்டியிருந்தது
தலைதடவும் மரணத்தின் மடிக்கு
தாவிக்குதித்து கைமாறப்போகிறேன்
இனி இப்பனிக்காலம் முழுதும்
அமைதியில் உறங்குவேன்.

மர்மச் சிறுநகை

பூக்களுக்கு பின்னாலிருந்து
அப்பெண் உங்களைத்தான் பார்க்கிறாள்
ஒரு கணம்
ஒரே ஒரு கணம்
உங்கள் வாழ்வு
முழுமையை உணர்ந்து கொள்கிறது.

எருக்கம்பூவின் தலையைத் துண்டித்தல்

தட்டான்களை காற்றில்விட்டு
கூடவே பறக்கிறான் சிறுவன்
பொழுதுசாய
பொன்னிற வயலில்
நிழலிறங்கிக்கொண்டிருக்கிறது
கொத்திய நெல்மணிகளோடு
பறந்தோடுகின்றன புள்ளினங்கள்
கேளிக்கை முடிகிறது
முடிச்சிட்ட நூலிலிருந்து
தட்டான்களை விடுவிக்கிறான்
வாலறுந்து செத்து செத்து விழுகின்றன
அவன் எதிர்பாராத விபத்தது
அம்மாவிடம் ஓடுகிறான்
கொலைபாதகத்திற்கு
என்ன தண்டனையெனக் கேட்கிறான்
அவள் உறுதியாகச் சொல்கிறாள்
"தூக்குதானென்று"

அதேநூலில் தலையை சுருக்கிட்டு
எருகஞ்செடியில் தூக்கிலிட்டுக்கொள்கிறான்
எருக்கம்பூவென வெடித்தடங்குகிறது சிறுஉடல்
என்ன செய்கிறாய் என்கிறாள் அம்மா
தண்டனை நிறைவேறியது
நான் இறந்துவிட்டேன்
கொஞ்சம் பொறுங்கள்
என்னை புதைத்துவிட்டு வருகிறேன்.

திரவியத்தழகி

நான்
வாசனைகளை
நுகரமுடியாதவள்
என் உடலில்
ஆயிரம் சூரியகாந்திப் பூக்கள்
அவை மஞ்சள் ஒளியில்
மிளிர்வதைக் காண்பது
அத்தனை அழகென
சொல்லக்கேட்டிருக்கிறேன்
நீ என்னவென்றால்
ஒரு பருத்திச்செடியென
என்னைச் சடக்கென்று
ஒடித்துவிடுகிறாய்.

வெண்பட்டுக் காலை

சாரக்காற்று உடலேறியதும்
தேக்கிலையின் சொரசொரப்பு உதிர்ந்து
வழுக்கியோடுகின்றன நீர்த்திவலைகள்
ரோஜா மேகங்கள் தவழ்ந்திறங்குகின்றன
வெண்பஞ்சுப் பொதியாய் சிரித்து கண்களைத் திறந்த குழந்தை
விரலசைத்து உதட்டைச் சப்புக்கொட்ட
வானத்தில் நடக்கின்றன கோழிக்குஞ்சுகள்
வெண்பட்டாய் இறங்கும் ஒளிக்கதிர்களில்
மூக்குரசி குதித்தாடும் கொக்கு
வயல் சகதிக்குள் புழுக்களைக்கொத்தித் தூக்குகிறது
எவ்வளவு அழகான காலையும் மரணிக்கும்.

யுதிர்காலத்தின் பாடல்

வசந்தகாலத்தின் இளம்வெயில்
கதகதப்பாக்கிய தேகத்தில்
மலைப்பனி ஊசியாய் இறங்குகிறது
பாய்ந்துவரும் துப்பாக்கி குண்டுகள்கூட
உறைந்த தசைக்குள் நுழையத் தடுமாறும்
ஆனால் பனிக்காலத்திலும்
உறையாத உன் நினைவில்
இதயம் தகதகவென எரிகிறது
நீயோ யுதிர்காலத்தின் துயர்பாடலைக்கூட
முணுமுணுக்க மறுக்கிறாய்
மௌன வெளிக்குள்
காத்திருக்கிறேன்
நான் பனியில் முழுதும் உறைவதற்குமுன்
உன் கண்களையொத்த அந்த பீனிக்குருவியின்
கனிந்த குரலைக் கேட்டால் போதும்.

தேன்குளவி

தேன் குடித்த போதையில்
ஜன்னலில் மோதி மோதி
நடனமாடிக்கொண்டிருந்தது மலைத்தேனீ
ஜன்னலைத் திறந்து நாக்கை நீட்டினேன்
சுள்ளென்று விசமும் தேனும் உள்ளிரங்கியது
நான் தேனைச் சுரக்கும் சிசுக்களைப் பெற்றெடுத்தேன்
பின் பூக்கள் என் சிசுக்களைத் தேடிப் பறந்து வந்தன.

அதுவொரு உருண்ட
சுரைக்குடுவையைப் போலிருந்தது

முதுமை அடைந்த பிறகே மரணிக்க வேண்டும்
என்று என்தாய் சத்தியம் வாங்கியிருந்தாள்
எப்போதும் சொல்பேச்சு
கேக்காத குழந்தை நான்
இதோ முயல்களை வேட்டையாடித் திரிந்த
குளிர் நிலத்தில் சுடப்பட்டு கிடக்கிறேன்
"காப்பிச் செடிக்கு உரமிட வேண்டும் சின்னவனே
உன் வேட்டைக்கத்தியை எறிந்துவிட்டு வா"
அக்கக்கா குருவிகளின் கீச்சொலி சப்தங்களுடன்
தாயின் குரல் மலைகளில் எதிரொலிக்கிறது.

அம்மாவின் கருவறைக்கு தூரமாகிவிட்ட
பிள்ளையின் மரணம் எவ்விதமும் நிகழலாம்
நான் மல்லாந்து கிடக்கிறேன்
எப்போதையும்விட தெளிந்து கிடக்கிறது
பழுத்த கொய்யாவாய் வானம்
தலைக்கருகே புற்களை
மேய்ந்துகொண்டிருக்கிறது பசுங்கன்றுக்குட்டி
தூசி கிளம்பாத காற்று
நித்ய அமைதி
நிம்மதி
மரணத்தைவிட தூய்மையானது ஏதுமில்லை
அது மரணித்த பிறகே தெரிகிறது
ஆகா!
காற்றில் வருகிறது பலாப்பழ வாசனை
என்னைச் சுட்டவனின் கைகளை
முத்தமிட விரும்புகிறேன்.
போலீஸ்காரர்களின்

குளம்பொலிகளைக் கேட்கிறேன்
பூட்ஸ்கால்களில் தேக்கிலைகள் சரசரக்கின்றன
பாவம் அவனுக்கு பசித்துவிட்டதுபோல
ஒரு கொய்யாவைப் பறித்துத் தின்கிறான்
இன்னும் ஐந்தெட்டு பின்னகர்ந்தால்
கண்டுபிடித்திருப்பான்
கொய்யா மரத்திற்கு பின்னால்தான் கிடக்கிறேன்
சிறுவர்களாக ஓடித்திரிந்தபோது
"கண்கட்டு வித்தைக்காரன் நீ
உனைக் கண்டுபிடிக்கவே முடியாதென்று"
அண்ணன் விளையாட வரமறுப்பான்.

நான் இறந்து கிடக்கும் இடத்திலிருந்து ஒரு
நீரூற்று கிளம்புகிறது
கோடையில் நாங்கள் அதை
தேடிக்கொண்டிருப்போம்
வீட்டில் நீர் நிரப்புவது தங்கையின் வேலை
அவள் முடியாதென்று அழுவாள்
சீழ்க்கையொலியோடு நீர் நிரம்பிய இரண்டு
குடங்களை வீட்டு வாசலில் நான் வைக்கும்போது
தங்கையின் முகம் மலரும்
நீரூற்று பரிந்துகொண்டிருக்க உடல் குளிர்கிறது
கொஞ்சம் நகரவேண்டும்
இறந்தவுடன் உடலை எப்படி
நகர்த்திக்கொள்வது என்ற பாடத்தை
ஒருநாளும் நான் கற்றுக்கொள்ளவில்லை.

நாடோடியாய் புத்தகங்களோடு
மலையிறங்கிப்போய்விட விரும்பினேன்
ஆனால் எனக்கு நிலத்தின் பாடல் ஊட்டப்பட்டது
"நிலமற்றவனாய் சாகக்கூடாது மகனே" என்றார் தந்தை
என் சகாக்கள் செந்நிறத் துண்டினை
பரிசளித்தார்கள்

நிலம் எங்கள் உரிமை என்றோம்
அது ஒளிமிக்கதொரு வாழ்வு.

எதைக்கண்டு மிரள்கிறாய்
மலை பொழியும் இந்தக் குளிரைக் கண்டா
இதற்கு முன்பும் இந்த மஞ்சி மூட்டத்திற்குள்தான் வாழ்ந்தோம்
மூடுபனியை உறிஞ்சியபடி அடுப்பின்
கதகதப்பில் வெப்பமானோம்
கரடி உற்றுநோக்கி வெறித்தபோதும்
அதன் கண்களை பார்த்தபடி
நாம் இங்குதான் இருந்தோம்
இங்குதான் நம் வாழ்விருந்தது
பசுங்கொடியில் மினுங்கிய
மிளகுகள்தான் பசியாற்றியது
அதன் நறுமணத்தை ருசித்தபடியே
மீதிவாழ்வும் முடிந்திருக்கும்
அவர்கள் மிளகுக்கொடிகளை அறுத்தெறிந்து
வீடுகளை இடித்துவிட்டனர்
எம்மக்கள் இந்நேரம்
சமவெளிக்குத் துரத்தப்பட்டிருப்பார்கள்
என் அருமை ஆன்மாவே
உடலும் நீயும் வேறு வேறு
அதைவிட்டு நீ ஏன் போகமறுக்கிறாய்
கனவுகள்கூட மிஞ்சாத வெற்றுடலே இது
இவ்விடம் வெறும் கடந்தகாலம்தான்
யாத்ரீகனைப்போல வெளியேறு.

காட்டோடையில் நீரோடும் சப்தம்
குறுகுறுவென இளம்பருவத்தில் நுழைகிறது
நீலநிறத் தட்டான்களை அவளுக்குப் பிடிக்கும்
அவை எங்கள் தலைக்கு மேலே
பறந்தோடியபோதுதான் எனக்கு முத்தமிட்டாள்
ரோஜா செடிகளை அவளுக்கு

பதியமிட்டு தந்தபோது சமவெளியைவிட்டு
என்னோடு மலையேறினாள்
நாளையோ நாளை மறுநாளோ காடெங்கும்
எனைத் தேடியபடி அம்முத்தத்தை
நினைவு கொள்வாள்.

இப்போது மகிழ்வுடன்
நினைத்துக்கொள்கிறேன்
முன்னம் ஒருநாள் இங்கிருந்தேன்
இளம் வெயிலில் மாடுகளை மேய்த்தபடி
புத்தகங்களை வாசித்தேன்
பறவைகளின் சத்தங்களோடு
பாடல்களைக் கேட்டிருக்கிறேன்
முதுவேனிற் கால வானத்தின் நீலநிறம்
கண்களில் நிரம்பி இருக்கிறது
என்தாய் மீன்துண்டுகளை
பதமாக வறுத்துக்கொடுப்பாள்
இன்று ஒருவரும் அறியாது இங்கிருக்கிறேன்
எப்போதும் காணாத மலையின் காட்சியை
கண்டபடி வெண்மேகம் ஒன்று கீழிறங்கி
என்தலை தடவிச் செல்கிறது.

சூரியன்
மேற்கு மலைக்கு கீழே மறைகிறது
இருள்சூழும் காட்டிற்கு
குளிர்ந்த பனியே துணை
இனி அவர்கள் என்னைத்தேடி வரமாட்டார்கள்
தனித்துவிடப்பட்ட உடலின் அருகே ஓநாயாக
காவலிருக்கிறது என் ஆன்மா
அதை விரட்டுகிறேன்
அது நகர்ந்து சென்றால்
எச்சில் ஒழுக காத்திருக்கும் பசித்த புலிக்கு
என் உடலைத் தானமிடலாம்

மரணத்தைப் போன்ற உண்மை
உலகில் வேறெதுவுமில்லை
நாளை என்தாய் அதன் காலடியில்
கிடந்து கதறினாலும்
என்னை விட்டு அகலாது
உன்னைத்தவிர என் ஆசைகளைச் சொல்ல
பொருத்தமானவர் எவருமில்லை
கிழக்கு மலையில் தீ எரிந்துகொண்டிருக்கிறது
வெகுநாள்களாக அதன் உச்சியை அடைய விரும்பினேன்
என் உயிரே
என் மரணமே
என் அன்பே
என் ஆன்மாவே
தீயில் கருகிவிடாமல் அவ்விடம்
சென்றுபார்த்து திரும்பிவா.

இழுத்துச் செல்லப்படுகிறது என் உடல்
கொஞ்சம் பதமற்ற இழுவைதான்
பரவாயில்லை பிரேத பரிசோதனைக் கத்திகள்
சதையை கூறுபோட,
வீச்சமெடுத்து என் உடல் கருகுவதைவிட
புலியின் நாக்கிற்கு
சுவையாகவே விரும்புகிறேன்
கடைசியாக நதியின் தெளிந்த நீரில்
என் உடலைக் காண்கிறேன்
அதுவொரு உருண்ட சுரைக்குடுவையைப் போலிருந்தது.

புறக்கணிப்பின் புற்றில் வாழ்கிறேன்

இடைவெளி

எல்லா நாள்களையும் போலதான்
புறாக்களின் சிறகசைவோடும்
முணுமுணுப்புச் சத்தத்தோடும் அன்றும் விடிந்தது
கண்விழித்து பார்த்தால்
பூமி இரண்டாக பிளந்திருந்தது
எதிரே இருந்த பூமிக்கும் அவளுக்கும் இடையே ஆறடிப் பள்ளம்

நத்தை

பிணக்கிடங்கு அறையில் எதைத் தேடிக் கொண்டிருக்கிறாய்
நீ உயிரோடுதான் இருக்கிறாய்
கைகளில் மாட்டப்பட்டிருந்த சங்கிலியை அகற்றியது யார்
உன்னைச் செவிலி தேடிக்கொண்டிருக்கிறாள்
பச்சைக்கலர் மாத்திரையை விழுங்கினாயா
நடுங்கும் இதயத்தைப்பார்
பாவம் அதற்கு எப்படிக் குளிர்கிறதென்று
நீ நிதானங்களை பழகு கண்மணி
இப்போது கேள்
மேற்கு மலையில் சூரியன் தன்சிவப்பை உதிர்த்து
பின்னோக்கிப்போவதை
கண்கொட்டாமல் ரசித்தவள் நீ தானே
மேகங்களில் தெரிந்த யானையில் சவாரி செய்தவள் நீ தானே
என்றும் உதிராத உன் ரோஜாக்களை
பஞ்சாரத்தில் மூடி வைத்திருக்கிறாய்
இரு இரு சுத்தியலை வை
நினைவுகளைப் பெற தலையை பிளப்பது வழியல்ல
கடந்தகாலத்தை நத்தையின் முதுகில் வைத்துவிட்டாய்
தார்ச்சாலையில் பொசுங்கியபடி அவை வந்துகொண்டிருக்கிறது
ஆரஞ்சுபழம் விற்கும் சிறுமியின் குட்டிக்கூடைக்குள் அமர்ந்துகொள்
உன்னை சாலையின் மறுபக்கத்தில் இறக்கிவிடுவாள்
அங்குதான் இருக்கிறது உன் கடந்தகாலம்
முன்புபோல் உன் நத்தையை சாலையில்விடாதே
கையில் எடுத்து ஒரே விழுங்காக விழுங்கிவிடு.

திருகைபோல வாழ்வு

உப்புபரிந்த வெக்கை அடர் மழைக்காற்றின் நினைவைக் கிளர்த்த
நூற்றாண்டுக்கு முன் எடுக்கப்பட்ட புகைப்படத்தைபோல
எல்லாம் திடீரென பழசாகிவிடுகிறது
கனவுகளை உருவாக்கி மேலேறிக்கொள்ளலாம் பாதகமில்லை
ஆனால் விடிந்துவிடுவதை குறையாகச் சொல்லக் கூடாது
காலம் விடுபடும் தருணங்கள் அவை
திருகைபோல வாழ்வு அரைபட்டுக்கொண்டிருந்தாலும்
எல்லா இடங்களிலும் மேகம் தவழ்ந்தபடிதான் நகர்கிறது
எதுவும் உன்னைக் கைவிடவில்லை
மரங்களுக்கிடையே நடந்த கானகக் குளிர்வை
நெடிய கடற்கரையின் நிலா வெளிச்சம் சமன் செய்யும்
இதயம் அமைதியுறுவதை எட்டிநின்று பார்ப்பது
கூதிர்காலத்தில் தகதகவென மின்னும் சூரியனின் வெம்மையேதான்.

நடக்க நடக்க வளர்ந்துகொண்டே போகிறது இந்தக் குறும்பாலம்

பசியோடு நரி நடமாடும் இடத்தில்
என்ஆடுகள் மேய்ச்சலில் இருக்கின்றன
நான் மலையுச்சியில் அமர்ந்து காவலிருக்கிறேன்
எட்டிப்பார்த்தால்
கடல் வெகு தொலைவு
வெகு நீளமானது
மேலும்
பறக்கும் மீன்கள் தரை தாவி செத்துமடிகின்றன
நீ அங்கேயே இரு
நான் ஆடுகளுக்கு காவலிருப்பதைப்போல
நீ மீன்களுக்கு.

நன்னிலக் கடவுள்

என்தாய் கனவில் முண்டுச்சீலை புடிக்கமாட்டாமல் பருத்தி எடுத்தாள்
அது குருவி கொத்தித் தின்னமுடியாத
பாடும் வெள்ளைமலையாக இருந்தது
எவ்வளவு முறை சொல்வது
என்னுடைய இதயத்தை யாராவது உடைக்கும்போதோ அல்லது
நான் யாருடைய இதயத்தையோ உடைக்கும்போதோ
சத்தமாக பாடாதே மலையே!
என் தந்தை உயிருடன் இல்லை
இப்போது நான் நிலமற்ற மகள்

ஈமச்சடங்கில் விளக்கேற்றி
தந்தைக்கு வைத்தழும் செம்புநீரில் இருள் குடிபுகுந்தது
திரி தூண்டும் அம்மாவின் கைகளோ
தூக்கத்தில் வெறுங்கையை உண்ணும்போது
நகராமல் நிற்கவா முடியும்
எல்லாவற்றின்மீதும் தீராப்பசி
பிணிதீர ஓடவேண்டும்
திரும்பிப் பார்க்காத ஒரு ஓட்டம்
கொஞ்சம் உடையை தளர்த்தி
எடை குறைத்து ஓடினால்
அம்மாவின் இரைப்பை சுருங்குவதற்குள்
ஒரு துண்டு உப்புக்கருவாடாவது ருசிக்க கிடைக்கும்
எனக்கும் கூடுதலாக ஒரு பாட்டில் ரெட் வொய்ன்
டார்கெட் முடிந்ததும் இருட்டில் அந்நியனோடு
உயர்தர பப்பில் ஒரு ஆட்டம் கூட போடலாம்
ஏன்? எதற்காக இப்படியெல்லாம் என்று கேட்காதீர்கள்?
விசயங்கள் அப்படித்தான் வந்து முடிந்திருக்கின்றன.

இலையுதிர்தலுக்கும் புத்திலை துளிர்ப்பதற்குமான
இடைப்பட்ட காலமே! வெறுமையே!
இடையில் வராதே கொஞ்சம் நகரு
துயரத்தைப்பாடு ஆனால் உடனே சிரித்துவிடு
இந்தப் பசி உதிர்ந்து விழும் தடிசம்பழத்திற்கானதல்ல பெருந்தீனிக்காரர்களுக்கானது
இங்கு எதற்கும் நேரமில்லை எதற்கும் இடமில்லை
அங்கே என் தாய் வெளிர் மேகத்தைப் பார்த்து,
“கருணையற்ற கடவுளே
ஒருமுறை செழித்து நிற்கமாட்டாயா
நன்னிலமே இரண்டு போகம் விளையமாட்டாயா”
என்று மன்றாடிக்கொண்டிருப்பாள்

மலையே,

உன்னுடையவை உன்னுடனே இருக்கின்றன
அதனாலே நீ நகராமல் நிற்கிறாய்
மரங்கள் பூக்க
பழங்களைக் கொத்தித் தின்கின்றன பறவைகள்
சமர் செய்து பசிதீர்த்து
மரத்தினடியில் படுத்துத்துறங்குகின்றன விலங்குகள்
நீ சாவுகளை புன்னகையோடு கடக்கிறாய்
ஏனேனில் நீ பிறப்பையும் பார்க்கிறாய்.

நினைவுகளைக் கொத்தும் கிளி

கட்டங்காப்பிக்கு எப்போதும் மிளகுகாட்டின் சுவை
கோப்பையிலிருந்து சுருண்டு நெளியும் நீராவி
மிளகுக்கொடிகளாகி பால்க்கனி கம்பிகளில் படர்கின்றன
ஒவ்வொரு குறுமிளகிலும்
சௌதர்யமாய் உன் நினைவுகள்
அதை கொத்திச் செல்லவே
வந்தமர்வதும் பறப்பதுமாய் அலைக்கழிகின்றன பச்சைக் கிளிகள்

வான்கோவின் தொப்பி

இது எங்கள் தேசம் என்று முழக்கமிட்டவனை
கவசதொப்பி அணிந்தவர்கள்
லத்தியால் விரட்டி விரட்டி அடித்தனர்
அவன் ரத்தம் வழிய ஓடுகிறான்
தப்பிச் செல்ல வழியின்றி நின்றவனின் முன்னால்
நூற்றாண்டுக்கு முன்னான வசந்தகாலம் படர்ந்திருக்கிறது
சூரியன் கதகதப்புடன் மழைவண்டாய்
கோதுமைப் பயிர்களில் சீழ்க்கையடிக்கிறது
வான்கோ அவனை உள்ளே குதிக்கச் சொல்கிறார்
அவன் உள்ளேயும்
தொப்பிக்காரர்கள் வெளியேயும் நிற்க
இடையே ஓவியத்தின் எல்லைக்கோடுகள்
வெடிவைத்தும் தகர்க்க முடியாத பெருஞ்சுவராய் நிற்கிறது
தொப்பிக்காரர்கள் வெயிலில் காய்கிறார்கள்
பனியில் நடுங்குகிறார்கள்
மழையில் நனைகிறார்கள்
உள்ளே முழக்ககாரன் அவனின் அன்றாடங்களில் வாழ்கிறான்
விளைந்த பயிர்களை வெயிலில் உலர்த்துகிறான்
தன் கால்நடைகளுக்கு
பெருத்த கோதுமைத்தாள்களை சாப்பிடக் கொடுக்கிறான்
இளைப்பாறிய நேரங்களில்
தன் சொந்த தேசத்தின் சுதந்திரப் பாடலைப் பாடுகிறான்
அவை உடைந்த பானையின் சத்தமாய் கிரீச்சிடுகிறது
அவன் மனைவி வான்கோழி பிரியாணி சமைக்கிறாள்
ஓவியத்திற்கு வெளியே
வாசனையை நுகர்ந்தபடி
நாள்பட்ட பசியோடு நிற்கிறார்கள் தொப்பிக்காரர்கள்
அவர்களுக்கு ரொட்டியையும்
மாட்டிறைச்சியின் துண்டுகளையும்

விசுறுகிறான் கலகக்காரன்
தின்றுகொழுத்த தொப்பிக்காரர்கள் லத்தியை கீழிறக்கவே இல்லை உள்நுழையும் வித்தைகளை அவர்கள் தெரிந்து கொண்ட பொழுதில் நகரவிடாதபடி தொப்பிகளை வரையத் தொடங்குகிறார் வான்கோ.

நடுக்கோடையின் தீ

அளவற்ற வாதையில்
என் உடல் சத்தமிடும்போது
பேரமைதியின்முன்
என்னைக் கொண்டு நிறுத்தாதே புத்தனே
என் தீமயக்கம் என்னை அச்சமூட்டுகிறது
அது
நடுக்கோடையின் தீ
யாருக்கும் வேண்டாத தீ
உதிர உதிர ஆசை பெருகும் உடலை அமைதியாக்கு
தீஞ்சிவப்பு அந்திவானத்தின் முன்
என்னை ஒரு சிறுபுள்ளாக்கிவிடு
இல்லை பொன்வண்டாக்கி
என்னைத் தீப்பெட்டிக்குள் ஒளித்துவிடு
அசைந்தாடும் காற்றில்
ஆசையற்ற உடல்
சாம்பலாக பறந்து செல்லட்டும்
ஆம் கௌதமா
ஆசைப் பெருந்துக்கம்.

வாடிவாசல்

நகரம் திறந்துவிடப்பட்ட வாடிவாசல்
காளைகளுக்குப் பதில் மனிதர்கள் இறக்கிவிடப்படுகிறார்கள்
மறுப்பதற்கு வாய்ப்பில்லாத விளையாட்டு.
வேடிக்கை பார்ப்பவர்களுக்கும்
நகரத்துக்கும் இடையே கயிறு கட்டப்பட்டுவிட்டது
உள்ளே
குழந்தைகள்
பெண்கள்
வயோதீகர்கள்
என்று கூச்சலிடாதீர்கள்
விளையாட்டின் விதி தெரியும் இல்லையா
இங்கே அடக்குவதில் இல்லை வீரம்
கொல்வதில் உள்ளது
முறுக்கேற்றி வளர்க்கப்பட்ட காளைகள் மொத்தமாக இறங்குகின்றன
சாவதற்கு திடமான குழந்தைகளை பெற்றெடுத்திருக்கிறீர்கள்தானே
புகைக்குண்டு கண்களை எரிக்க
தலைதெறிக்க ஓடவேண்டும்
ஒருவன் உங்களை குறிபார்த்து சுடுவான்
மல்லாந்து விழுந்தால் உங்களுக்கு அதிர்ஷ்டம்
வானத்தை பார்த்தபடியே நீங்கள் சாகலாம்.
இங்கு எல்லாமே செத்துக்கொண்டிருக்கின்றன எல்லாமே
நிலாவெளிச்சம்
குழந்தையின் சிரிப்பு
வயதானவளின் பிரார்த்தனை
கண்தெரியாதவனின் கேட்கும்திறன்
பிச்சைக்காரர்களின் தீனமான குரல்
வழிப்போக்கர்களின் நடைச்சத்தம்
ஆம் நீங்கள் நினைப்பது சரிதான்
முற்றிலுமாக கருணை.

தலைகீழ் நட்சத்திரங்கள்

என்னை ஏன் காதலிக்கிறாய்
அத்தனை சோபையயானது என் கண்கள்
தீர்க்க முடியாத அச்சங்களைக் கொண்டது
ஒளிராத இரவுகளில் மட்டுமே கொஞ்சமாக ஒளிவீசக்கூடியது
தவிர
வானம் தலைகீழாக நிற்கும் பள்ளம்
அவை ஒருநாள் திரும்பிக்கொள்ளும்
நட்சத்திரங்கள் பொதபொதவென்று கீழே விழுந்து
மனித தலையோடு நடமாடும்
நாம் நட்சத்திர தலையோடு
நகராத பந்தாய் வானத்தில் மிதப்போம்
நீ தூரநட்சத்திரமாகிவிடுவாய்
இயக்க விதி என்றுமே பிரச்சினைதான்
மைக்ரோ மீட்டரில் அசைந்து
நீ என்னிடம் நீந்திவர ஒரு லட்சம் ஆண்டுகளாகிவிடும்.

வாழ்வெனும் தேநீர்

பொட்டல் காட்டில்
கூட்ஸ்வண்டி கோளாறாகி நிற்பதைப்போல
நடைப்பயிற்சியில் இருந்த அந்த மனிதன் திடுக்கிட்டு நிற்கிறார்.
வெறிச்சோடிக்கிடந்த சாலையில் உதிர்ந்த பன்னீர்ப்பூவை
நுகர்ந்து கொண்டிருந்த நாய் அவரைப் பார்த்து குரைத்தது.
அங்கிருந்து நைஸாக நழுவிச் சென்ற அவருக்குத் தோன்றியது இதுதான்
வாழ்வென்பது கொல்லக் கொல்ல எரியும் தீ
மந்தை மந்தையாய் சிதறியோடும் ஆடுகள்
பித்தமேறி பிதற்றும் ஞாபகங்கள்.

எழுபதில் பிறந்த அவருக்கு பாடு ஓயவில்லை
ஒடிசலான பெண்ணின் இடுப்பைப் போன்று
சுருங்கிவிட்ட வாழ்வை கொலை செய்ய முடியாமல்
சர்க்கரை மாத்திரையை விழுங்கிக்கொண்டிருக்கிறார்
நல்ல வேளை
காமம் தணிக்க கைபேசி எந்நேரமும் இருக்கிறது
தனியாக ஒரு அறையும் கிடைத்துவிட்டால்
அவளை நினைத்து எந்தப் பெண்ணையும் புணரலாம்
அவளை புணரும்போது
எந்த பெண்ணையோ நினைத்துப் புணர்ந்ததைப்போல

காலம் சிதறிவிட்டது
தனக்குள் இருந்த நாடோடியைத் தொலைத்துவிட்டவரிடம்
மிச்சம் இருப்பது பழைய பாடல்கள்தான்
மாம்பூவே சிறு மைனாவே பாடலைப் பாடியபடி
அவருக்கு ஒரு யோசனை வருகிறது
தன் படுக்கை விரிப்பில் அமராத அவள் தலையை
ஒரே அடியில் பிளந்துவிடலாம்தான்
ஆனால்
மதிய உணவை கொஞ்சம் ருசியாக சமைத்துக் கொடுக்கிறாள்

முடிவை மாற்றிக்கொண்டு
தெருவில் இறங்கிச் சென்றவர் நினைத்துக் கொள்கிறார்
வாழ்வு ஒரு சுதந்திரமான தேநீர்
அது எப்போதும்
தெரு முக்கில்தான் கிடைக்கிறது.

கொடியிடைத் துயரம்

ஒரு முறை உயிர்த்து
பார்த்துக்கொண்டிருக்கும்போதே
நகர்ந்து நகர்ந்து
மண்ணுக்குள் புதையும் கிளிஞ்சல்கள் உன் காதல்
அதை தோண்டியெடுத்து
மாலையாக்கி அணிந்துகொள்வேன்
காளானைப்போல பூஞ்சையானது என் காதல்
அது நல்ல ருசி
நீ அதை வறுத்துச் சாப்பிடு
இப்படித்தான் கொடியிடைத் துயரத்தைப் பிடித்துக்கொண்டு
நாம் விளையாடியபடியே இருக்கிறோம்
அது மெத்து மெத்தென்று தாலாட்டுகிறது இல்லையா.

ரிங்மாஸ்டர்

நகரமே பொருட்காட்சிக் கூடமாய் இருந்தது
கூண்டுக்குள்ளே மாஸ்க்கணிந்த மனிதர்கள்
"இரும்புக் கம்பிகளை அகற்றிவிட்டு
காற்றுப்புகாத கண்ணாடிக்கூண்டுகளை அமையுங்கள்"
என்று கெஞ்சிக்கொண்டிருந்தார்கள்.
"ஏற்பாடு செய்கிறோம் எல்லோரும் பொறுமை காக்கவும்"
என்றெச்சரித்தபடி இருந்தன ரிங்மாஸ்டர்களான சிங்கங்கள்
தலைகீழாய் மாறும் வாழ்வு
இதற்குப்போய் என்னவெல்லாம் செய்கிறார்கள் இவர்கள்.

இரு பெண்கள்

நாணயத்தின் இரு பக்கமென அவள்
தலை குடும்பத் தலைவி
பூ நாடோடிப் பெண்
இருவரும் குழாயடிச் சண்டைக்காரிகளாய் மோதிக்கொள்கிறார்கள்
நாடோடிப் பெண்ணின் பாஸ்வேர்டை திருடி
அவளின் ரகசிய காதலனை எச்சரித்து துரத்துகிறாள் குடும்பத் தலைவி
இவளின் மளிகைச் சாமான்களை
குப்பையில் கொட்டுகிறாள் நாடோடிப் பெண்
தலைவன் வருகைகாய்
சீரியல்களை பார்த்தபடி உட்கார்ந்திருக்கிறாள் தலைவி
(அது திராபையான சக்களத்தி சண்டைக்கதை)
தலைவன் அணைக்கும்போது சிணுங்குகிறாள்
(அது வழமையான புளிச்சஏப்பம் போல ஒன்று)
சமைக்கிறாள்
குழந்தைகளை பள்ளிக்கு அனுப்புகிறாள்
இஸ்திரி போடுகிறாள்
பெருக்குகிறாள்
பாத்திரம் தேய்க்கிறாள்
கடைசியில் வியர்வை பொங்க சோஃபாவில் சாய்ந்து
oh my god இது எவ்வளவு பழைய கதையென்று
தன்னையே கட்டிக்கொண்டு அழுகிறாள்

நாடோடி தோள்பையோடு மலையேறுகிறாள்
அந்நியனோடு உணவருந்துகிறாள்
திரையரங்கில் பாப்க்கார்ன் சிதறச் சிதறச் சிரிக்கிறாள்
(துணையேதும் இல்லாமல்தான்)
ஆண்நன்பனுடன் உறவுகொள்கிறாள்
(பாதுகாப்பு நடவடிக்கையோடுதான்)

குடும்பத் தலைவி லிப்ட் கதவைத் திறக்கும்போதுதான் சரியாக
நாடோடிப்பெண் ஒருவனுக்கு அழுத்தமாக முத்தமிடவேண்டுமா?
அந்நியனின் தொடுதலறியாத தலைவி
தன் உதடுகளைத் தடவிப்பார்கிறாள்

தலைவன் ஒருநாள் தன்மனைவியென்று
இருட்டில்
நாடோடியின் பின்பக்கத்தைத் தடவ
எதுவும் நடவாததுபோல் கடந்துவிட்டாள்
இவளின் பாய்ப்ரண்ட் வண்டியில்
தவறிப்போய் ஒருநாள் தலைவி ஏறிவிட்டாள்
அப்புறம் எல்லாம் தலைகீழ்
இருவரும் ஒன்றுபோல் ஆகிவிட்டார்கள்
நாணயம் எங்கேயோ உருண்டோடித் தொலைந்தது..

வெக்கை

காலம் நகராமல் நிற்கிறது
கண்ணிலடிக்கும் வெக்கைக்கு முன்
சருகெனப் பறப்பதில் எவ்வளவு ஆபத்து
எப்போது வேண்டுமானாலும் வெகுவெகுவென எரியலாம்
அதை யாராவது
உடனிருந்து மட்டுப்படுத்தினால் பரவாயில்லை
எல்லாம் கசந்து கிடக்கிறது
ஒரு அருகம்புல்லென ஆடுவதற்குக்கூட காற்றில்லை
சமையலறைக் கதவுகளைத் திறந்தால்
புறாக்கள் இறக்கையை அடித்துப் பறக்கின்றன
ஜன்னலை மூடிவிடலாம்
பாவம் அவை வந்தமர ஒரு இடமாவது இருக்கட்டும்.

அநந்தம்

தூரக்கடலை உற்றுநோக்கும் கண்களில்
தனித்திருக்கும் உன் இமைகளுக்கு என் பெயர்.

கனவில் உன்னை விழுங்கிவிட்டுச் செல்லும்
மரநாயின் பசிக்கு என் பெயர்.

அடைகாக்க என் வீடடையும்
புறாவின் அனத்தலுக்கு உன் பெயர்.

நான் அருந்தாமல் பாதுகாத்திருக்கும் ஒயினின்
இளஞ்சிவப்பு நிறத்திற்கு உன் பெயர்.

சரி
என் பெயர்தான் என்ன
உன் பெயர்தான் என்ன
இருவருக்கும் ஒரே பெயர்தான்
நித்ய தாகம்.

உங்கள் ரெஃப்ரி காவி உடை அணிந்து நிற்கிறார்

பசுக்களின் தலையில் தற்போது
கொம்புகளுக்குப் பதில்
துப்பாக்கி முளைத்திருக்கிறது
அதிசயித்தபடியே நிற்கிறீர்கள்
'மரணம்தான் உங்கள் விடுதலை' என்று
அது தத்துவங்களை நோக்கிச் சுட்டபடி
முன்னேறிக்கொண்டிருக்கிறது
ஐய்யா அவர்கள் உங்களிடம் என்ன சொன்னார்கள்
கல்விச் சாலைகளைவிட்டு வெளியேறுங்கள்
உங்கள் தத்துவங்களுக்கான இடம் துணி அலமாரி
அதில் பூட்டிவைத்து அழகுபாருங்கள்
விளையாட்டா? இது ராமஜென்ம பூமி
கால்பந்து மைதானம் அல்ல
துண்டு பிரசுரங்களை ஓரம் மடிக்காமல்
ரெஃப்ரியிடம் கொடுங்கள்
குளிர்காலத்தில் தீமூட்டத்தேவைப்படும்
நல்லது, ஓநாயின் கால்களுக்கு
நெயில்பாலீஸ் அடித்துக்கொண்டிருக்காதீர்கள்
உங்கள் தத்துவங்கள் திருடுபோய்விட்டன.

வசந்தகாலச் சிறுமி

வசந்தகாலக் காற்றை ஊதி ஊதித் தள்ளுகிறாள் சிறுமி
காற்றின் வளையத்திற்குள் தொங்கியபடி
அவள் வந்து சேர்ந்தது நகரத்தின் அங்காடித் தெருவுக்கு
அச்சடித்த மாதிரி அவளைப்போல ஆயிரம் சிறுமிகள்
ஒருத்தி ரோஸ் நிற காலணிகளை கேட்டு அழுகிறாள்
ஒருத்தி காதை அறுத்தெரியும்
பெரிய சிமிக்கிகளை கைநீட்டுகிறாள்
இன்னொருத்தி தன்னைத் தடவும் கைகளைத் தட்டிவிட்டபடி
பளபளக்கும் நெயில் பாலிஷை எடுக்கிறாள்
சாஃப்டி ஐஸ் கடையின் முன்
முண்டியடித்து நின்றபடி பல சிறுமிகள்
விற்பனையாளர்களின் தாளநயமான அழைப்பில்
அவள் தவறவிட்டது இதைத்தான்
பறந்து கொண்டிருந்த வெள்ளைப் பலூன்கள்
சோப்பு நுரை வளையங்கள்
அடுக்கி வைக்கப்பட்டிருந்த காமிக்ஸ் புத்தகங்கள்
மக்காச்சோளம் வெந்த வாசனை
திரும்பிச் செல்லும் வழியை
என்றென்றைக்குமாக மறந்தவள்
கூட்ட நெரிசலில் மெல்லத் தொலைகிறாள்
சுவரெங்கும் வருடவாரியாக தேதிவாரியாக
காணாமல் போன சிறுமிகளின் புகைப்படங்கள்
எல்லாவற்றிலும் அவள் முகமே.

எனது ஆசான் ஒரு குணச்சாந்தர்

நேராக நிற்க முடியவில்லை
எப்போதும் நீர்நிரம்பியிருக்கும்
வயிற்றுக்குள் மிதப்பது
அசௌகர்யமாக இருக்கிறது
அதிலிருந்து வெளியேற
பழைய பள்ளிக்கூடத்திற்குச் செல்கிறேன்
முன்பொருநாள் நான்காம் வகுப்பறை
உணவைத் தூக்கிக்கொண்டு
மரவிட்டத்தில் ஊர்ந்துசெல்லும் எறும்புகளை
கதைகேட்கும் விரிந்த கண்களுடன்
உற்றுநோக்கியபடி இருந்தேன்
விளார் தெறிக்க என் முதுகில் பலமான அடிகள்
வலி பொறுக்காத என் கண்களுக்கு
நாகராஜ் வாத்தியார் திமிங்கிலமானார்
"திமிங்கிலம் திமிங்கிலம்" என்று கூவியபடி கைத்தட்டி சிரித்தேன்
பிள்ளைகளும் சிரித்தார்கள்
நாகராஜ் வாத்தியார் திமிங்கிலத்தைபோல அசைந்தபடி அருகில் வந்து
என்னை அலாக்காகத் தூக்கி விழுங்கினார்
அன்றிலிருந்து
திமிங்கிலத்தின் வயிற்றில்தான் வாழ்கிறேன்.

இளஞ்சிவப்புத் தனிமை

கட்டிய ரகசிய அறைகளை சொல்லில் நீ வெடித்தபோது
பளாரென்று அறை வாங்கினாய்
சிதறியவற்றை பொறுக்கியபோது
பூனை அதைக் கவ்விச்சென்றது
இலையுதிர் காலத்தின் பழுத்த இலைகளை
எவ்வளவு காலம் காப்பாற்றி வைப்பாய்
கட்டியிழுக்க அதென்ன மலையா

குழந்தைப் பருவக் கதைகளை
நீ பேசிக்கொண்டிருக்கும்போதே
உன் காதலன் தூங்கிவிடுவான்
சிறு குழந்தையைப்போல அடம்பிடிக்காதே
கட்டை கழட்டிவிடு
காலம் வந்தால் இலவம்பஞ்சு காய்க்குள் அடங்குமா
அது பறந்து பறந்து எங்கு செல்லும்
எப்படியும் ஒரு மெத்தைக்குள் மூச்சு முட்டிச் சாகும்

இரை தேடி இரை தேடி
கொழுக்கும் மிருகம்தானே நீ
எதாவது மாட்டினால்
கோழியைப்போல வறுத்துச் சாப்பிட்டு விடுகிறாய்
எல்லாம் தணிந்தபின் வெக்கையாகிறதென்று
கூதிர்காலத்தை தேடியலைகிறாய் பைத்தியக்காரி

நீ மட்டுமே நீ என்பதைக் கண்டறிய
என்னவெல்லாம் நடந்தேற வேண்டியிருக்கிறது
உன் வாழ்வில் பன்னீர்கொய்யாவைப் போன்ற
அந்த புளிப்புடைய உண்மை
இளஞ்சிவப்பு நிறத்தில் அழகாகத்தானே இருக்கிறது
கொஞ்சம் தனிமையானதுதான்
ஆனால் இளஞ்சிவப்பு நிறம்
அள்ளி அணைத்து முழுச் சிவப்பாக்கி கொள் உன்னை.

புறக்கணிப்பின் புற்றில் வாழ்கிறேன்

அப்போதும் இப்போதும்
புறக்கணிப்பின் புற்றில் வாழ்கிறேன்
என்னை அவர்கள் வீசியெறியும் போதெல்லாம்
ஆற்றில் போய் விழுகிறேன்
கரைநாணல்கள் தண்ணீரில் குடைசாய்ந்து
என்னை வாரியெடுத்துக்கொள்ளும்
அவ்விடம் கனவுகளை ஒளியாக்கிகொள்ளும்
வாழ்வொன்றைக் காண்பேன்
பின் மலையின் உச்சிக்கும்
நதியின் அடிஆழத்திற்கும் சென்று மீள்வேன்
தவறி விழுவேனென்றாலும்
என் மலையிலிருந்தேதான் விழுவேன்
மூழ்குவதானாலும்
என் ஆற்றிலேயேதான் மூழ்குவேன்.

காமத்தின் தொலைவு 180 ML

எறும்பு தூக்கிச் செல்லும் என் உணவே
என்னிலிருந்து நீயிருக்கும் தொலைவு
முடிவுறா நெடிய ரயில்பாதை
சாவு முத்தத்தைச் சூடிய என் உதடுகள்
முற்பனி ஈரமாய் சலசலத்துக் கிடக்கிறது.
நட்சத்திரங்கள் குவிந்திருக்கும் யாமத்திலும்
அழுக்கில்லா வீட்டைச் சுத்தம் செய்துகொண்டே இருக்கிறேன்
அழுக்குத்துணி நிரம்பிய அறையில் நீ குடித்துக்கொண்டிருப்பாய்
இப்போது குவாட்டர் என்ன விலை?
தினம் என்னை மறக்க உன்னிடம் காசிருக்குதானே
மறக்க முடியவில்லையென்றால்
பேரம்பேசாமல் ஏதாவது ஒரு பெண்ணிடம் ஆசைதீர போகம்கொள்
நினைவுகளை வெட்டி வெட்டி துண்டாக்கி
நான் இங்கே ஒரு கட்டங்காப்பியை சுவைத்துக்கொள்கிறேன்.

தானியங்களுக்கு காவலிருக்கும் பட்சிகள்

இரைச்சலற்ற நகரத்தின் சாலைகளில்
கிளிகள் பறந்து வருகின்றன
திடீரென்று பால்யம் கைநீட்டி அழைக்க
எல்லோரும் வீதியை எட்டிப் பார்க்கிறார்கள்
கடலிலிருந்து பிரிந்த நதி
நகரவீதிக்குள் பாய்கிறது
உள்ளே முழ்கி மேலேறிப் பார்த்தால்
கணநேரத்தில் எல்லோருக்கும்
விலாக்களிலிருந்து சிறகு முளைக்கிறது
கிளிகள் சாவகாசமாக தரையிறங்க
எல்லோரும் பஞ்சாய் மேலெழுந்து பறக்கிறார்கள்
எங்கிருந்தோ பறந்து வந்த மலைக்குன்றுகள்
தோதான இடங்களில் அமர்ந்து கொள்கின்றன

கட்டிடங்களுக்கிடையே நெல்மணிகள் செழித்து நிற்க
கண்ணாடி அறை பொம்மைள்
உடலில் வைக்கோலைச் சுற்றிக்கொண்டு காவலுக்கு நிற்கின்றன
ஆற்றின் கரையோரம் பூக்களை நுகர்ந்துவிட்டு
கட்டிடங்களுக்குள் நுழைகின்றன ஆடுகள்
சமையலறைகள் கிடைகளாயின
இட்லியைத் தின்றுவிட்ட ஆட்டுக்கு விக்கலெடுக்கிறது
சோஃபாவில் அமர்ந்திருந்த ஆடு
டீவி சேனலை மாற்றிவிட்டு
திரைக்குள் அலுப்பான நகைச்சுவையாளனை முட்டித் தள்ளுகிறது
புறாக்களும்
குருவிகளுமம
கிளிகளும்
பரிந்த சோளத்தைக் கொத்தி தின்கின்றன

மனிதர்கள் யாரும் பயிர்களைத் திருடவரவில்லையென்றதும்
வெண் கொக்குகளின் கைகளில் துப்பாக்கிகளை கொடுத்து
காவலிருத்தி பொம்மைகள் சாப்பிடச் செல்கின்றன
வானத்தில் மேல் பறந்து கொண்டிருந்த மனிதர்கள்
பயிர்களைக் கொத்தித் தின்ன சமயம் பார்த்துக் கொண்டிருக்கிறார்கள்.

அகவல்

என் அறையின் ஜன்னல்
என்னால் திறக்க முடியாத உயரத்தில் பொருத்தப்பட்டிருந்தது.
ஜன்னலுக்கு வெளியே
ஏதோ ஒரு பறவை எப்போதும் சத்தமெழுப்பிக்கொண்டிருக்கும்.
சமயத்தில் கதவுகளை கொத்திக் கொண்டிருக்கும்.
நான் செய்ததெல்லாம்
அது துளையிட்டு தன் அலகை உள்நீட்டும் கணத்திற்காக
காத்திருந்தது மட்டும்தான்
அது அவ்வளவு அவமானகரமான ஒன்றுதான்
இப்போதுவரை
அதற்காகத் தலையைக் குனிந்துகொள்கிறேன்.

இரைச்சலிடும் கண்கள்

வெப்பமும் உலர்ந்த ஈரப்பதமுமாய்
உன் தொடுகை திணறடிக்கிறது
ஏற்கனவே அறைச்சுவர்கள் சத்தமிடத்துவங்கிவிட்டன
ஓயாத இரைச்சல்
மோப்பம் பிடிக்க கற்றுக்கொண்ட பூனை
கதவிடுக்கில் பார்த்துக் கொண்டிருக்கிறது
என் கண்ணில் தீட்டும் மை யாருக்கானது என்றறிந்து
நேற்றிலிருந்து மியாவ்விற்குப் பதிலாக
அவன் பெயரை கத்திக்கொண்டே இருக்கிறது
சுவரை பிளந்து வெளியேறுவது பற்றி ஆலோசனை வழங்காதே
பூஞ்சிட்டு விரல்களால் தாய் தடவிக்கொடுத்த
என் மென் எலும்புகளைப்பற்றி யோசித்தாயா
கதவைத் திறந்து வெளியேறிச் செல்ல
எனக்கு எல்லா நியாயங்களும் இருக்கிறது

அறை காலியில்லை

தங்கும் விடுதியின் மேலாளர்
அவர்களின் அடையாள அட்டையைச் சோதித்தார்
அவன் பாதத்திற்கடியில் பெருகிய கடலையும்
அவள் பாதத்திலிருந்து உயர்ந்த மலையையும் கண்டு திடுக்கிட்டார்
நீங்கள் தவறான ஜோடி
அறை காலியில்லை என்றார்
அவர்கள் அங்கிருந்து நகர
கடலும் மலையும் நாய்க்குட்டிபோல
அவர்களோடு நகர்ந்துவந்து நடுச்சாலையில் அமர்ந்தது
வரமறுத்த அவைகளை அங்கேயே விட்டுவிட்டு
அவர்கள் மேய்ச்சல் நிலத்தை நோக்கிப் புறப்பட்டார்கள்.

போகம்

1.

தேக்கிலையின் சொரசொரப்பாய்
வெடவெடக்கும் இரவு
எப்போதோ மூடிவைத்த உடலைத் திறக்க
பேரலையோடு வருகிறான்
கடலிலிருந்து உப்பை அள்ளி வீச
முத்தெனப் பூக்கிறது உடல்
கட்டிப்போட்ட கிடாயாய் முண்டும் சரீரத்தில்
எப்பொழுதும் நிகழாத போகம் முடிந்தது
இறங்க மறுக்கும் என் இரு மலைகளை
கையோடு எடுத்துச் செல்கிறான்.

2.

பால்கனியில் வந்தமர்கிறது கிளி
கண்களில் நீண்ட தாகம்
சுறுசுறுவென நரம்புகள் நொடிய
பச்சை மரமாகிறது என் உடல்
கிளைகளில் தொங்கும் சிவந்த பூக்களில்
மகரந்தக்குரல் தாப ஸ்ருதியாய் ஒலிக்க
ருசிதேடி மரத்தைப் புரட்டுகிறது கிளி
அதன் நாக்கில் இனிக்கிறது
நூற்றாண்டுக்கு ஒரு முறை மட்டுமே
காய்க்கக்கூடிய ருசிமிக்க இரு கனிகள்

3.

அவனின் பெருங்கடல் கசப்பில்
என் ஒரு துளி உப்புநீர் விழ
உயரப் பறந்தன மீன்கள்
எனது பெருமலைக் கசப்பில்

அவனது ஒரு துளி உப்புநீர் விழ
உயரப் பறந்தன மரங்கள்.

4.

எவ்வளவு நேரம் நின்று பார்த்துக்கொண்டே இருப்பாய்
மலையைப் புரட்டு
அங்கே ஓடிக்கொண்டிருக்கிறது யாரும் பருகாத நீர்

5.

மலைக்கடியில்
கடலுக்கடியில்
மறைந்திருந்த பெருங்காமம்
நடுச்சாலையில் வாகனத்திற்கிடையே நிகழந்த
ஒரு நொடி நேர முத்தத்தில் தீருமா?
அண்டத்தைப் புரட்டும் ஆலிங்கனம் செய்
தின்னத் தின்ன தீராது பெருகும் ஊற்றைத் திற
நீ என் பறக்கும் குதிரை
சேனை கட்டாத குதிரை
நான் உன் மீது படரும் நதி
தோணி மிதக்காத நதி
அதிரும் அச்சத்தோடு ஆழத்தில் இறங்குகிறாய்
எதுவும் முடியப்போவதில்லை
நாளைக்கும்
நாளைக்குமாய் தொடரத்தான் போகிறது

6.

என் மையுண்ட கண்ணில் எதைத் தேடுகிறாய்
உன்னைச் சிதறடிக்கும் இச்சையைத் தவிர
வேறொன்றுமில்லை தேவனே.

7.

தினம் சூரியனைத் தின்று வளர்ந்த மலை
கடலோடியின் கைகளில்

கீறிக் கீறி உப்பிட்ட உடலைக்கண்டு திகைக்காமல்
புணர்ச்சியால் புனிதப்படுத்தி கடற்கரையில் உலர்த்துகிறான்
கரையேறுகின்றன ஆயிரம் முத்துக்கள்

8.

யுதிர்காலத்தின் காட்டிசையைப்போல
சரசரத்து உட்புகுகிறாய்
அழகிய இலை நடனம்
நெகிழ்ந்யுதிர்கிறது துடியிடை
அள்ளிச் சேர்க்க முடியாமல்
நால்திசையும் சிதறுகிறது தீயின்பம்
நிதானமாகப் பருக
ஒருமுறையேனும் தலக்குப்பற விழவேண்டும்.

9.

பறிக்க முடியாத அழகு
ருசிக்க முடியாத கனி
கண்ணீர் தழும்பி
உடல் நடுங்க
உற்சவமாடுகிறது
தொடுதிரைக்கு உள்ளே குதிக்க வழியில்லை
நீ வரும்வரை
உதியன் மரமாய் இலையுதிர்த்து
ஈரம் காப்பேன்
பூமரக்காடே.

10.

பேருவுவகை தரும் மலை என்னுடல்
மலையைத் துண்டு துண்டாக வெட்டி
உனக்கு உண்ணத் தருவேன்
பின் உன்னுள் வளரும்
பெருமரங்களை எப்படிச் சமாளிப்பாய்

சருகுச் சொற்கள்

சூரியன் இருக்கும்போதே தோன்றிவிடும் நிலா
சிலவேளை பிணி இருள் மூடியும் வரமறுக்கும்
கட்டியிழுக்க எப்போதும்
ஒரு உறுதியான தாம்புக்கயிறு வைத்திருப்பது உத்தமம்
மனஆழத்திலிருந்து ஒரு சொல் திடீரென எழுந்து
எல்லாவற்றிலிருந்தும் தனிமைப்படுத்தி குப்புறக்கவுக்கும்
வெளிச்சத்தைக் குடிக்கும் விட்டில்பூச்சிகளாய்
குறுகுறுவென்று முகத்தில் ஓடும்
அந்த நேரத்தில்
எதிரே நிற்பவர்களின் மூளையைச் சிதறடிக்க
சம்மட்டியைத் தேடாமல்
நீயே ஒரு குழியை வெட்டி உள்ளே படுத்துக்கொள்
யாரும் மண்ணைப்போட்டு மூடவில்லையென்றால்
எழுந்து வந்துவிடலாம்
வெகுகாலமாக மனிதர்கள் இப்படித்தான்
வாழ்ந்துகொண்டிருக்கிறார்கள்.

தப்பிப் பிறந்தவள்

அவர்கள் அப்போது அப்படித்தான் நினைத்தார்கள்
ஒரு முட்டாளைப்போல காரணம் கேட்காமலே
எப்போதும் தண்ணீர் இரைத்துக்கொண்டிருப்பேனென்றும்
பழையசோற்றை சாப்பிட்டுக்கொண்டு அடுப்பில்
எப்போதும் எதையோ சமைத்துக்கொண்டிருப்பேனென்றும்
திருவிழாக் காலங்களில் மருதாணி இட்டுக்கொள்ளாமலும்
பழைய ஆடைகளை உடுத்திக்கொண்டிருப்பேனென்றும்
மாலையில் மல்லிகைப்பூக்களை சூடமாட்டேனென்றும்
பாடல்களை கேட்கமாட்டேனென்றும்
அடிக்கும் கைகளை தட்டிவிடமாட்டேனென்றும்
இப்படி எதுவும் செய்யமாட்டேனென்றுதான்
நான் பிறந்தபோது என் வாயில் நெல்மணிகளை இடாமல் இருந்தார்கள்
சூரியன் போனபின்னும்
தெருவில் விளையாடும்போதும்
மரத்தில் ஏறும்போதும்
கோலிக்குண்டுகளை குறிபார்த்து அடிக்கும்போதும்
சைக்கிள் ஓட்டப் பழகியபோதும்
ஸ்போர்ட்ஸ் ட்ரவுசரில் விளையாட்டு மைதானத்தில் ஓடியபோதும்
மின்னும் உடைகளைத் தேர்வு செய்தபோதும்
ஒருவனிடமிருந்து காதல் கடிதங்களை பெற்றபோதும்
அவர்கள் சொன்னார்கள்
"இவ பிறந்தப்பவே ஊட்டியைத் திருகி கொன்னுருக்கனும்" என்று.

அவனுக்குள் வளரும் மரம்

முறுக்குமீசையோடிருந்த அவன்
எங்கள் பால்ய நண்பன்
தற்சமயம் ராணுவவீரன்
திருமணத்திற்கு அழைப்பிதழ் கொடுக்க வந்திருந்தான்
அவனுடைய வேலை
கைநிறைய சம்பளம்
புதிதாக கட்டும் வீடு
மணப்பெண்ணின் அழகு
எல்லாவற்றையும்பற்றி
நெஞ்சை நிமிர்த்தியபடி சொல்லிக்கொண்டிருந்தான்
அதுவொரு தடித்த பாம்பு புற்றாய் உயர்ந்திருந்தது
பின் பேச்சினிடையே பாம்புகள் அவன்மேல்
ஊர்தூர்ந்து போய்க்கொண்டிருந்தன
எனக்கது விளையாட்டாய்த் தெரிந்தது
அவனோ கொஞ்சமும் அடக்கம் இல்லாமல்
பாம்பை எடுத்து விழுங்கிக்கொண்டிருந்தான்
எவ்வளவு நேரம் பாம்பை எண்ணிக்கொண்டிருப்பது
பேச்சை தவிர்த்து
வீட்டில் புதிதாக நட்டுவைத்த மாஞ்செடி துளிர்த்திருப்பதை
அவனுக்கு காட்டலாம் என்றிருந்தேன்
அவனோ நெஞ்சை தாழ்த்தவே இல்லை
முன்பொருநாள் இவன்தான்
குட்டிபோடும் என்று சொல்லி
புத்தகத்திற்குள் மயிலிறகை ஒளித்து வைத்தான்
தெரியாமல் விழுங்கிய புளியங்கொட்டை
வயிற்றுக்குள் மரமாகப் போகிறதென்று
உருண்டு புரண்டு அழுதான்
ஒருமுறையாவது மலைக்கு அந்தப்பக்கம் போகவேண்டும் என்றான்
இப்போது 'அண்ணா' என்றழைத்ததற்கு

'நான் உனக்கு மாமாமுறை' என்று சொல்லித் திருத்தினான்
அது அவ்வளவு அசிங்கமாக இருந்தது
நான் அவனிடம் சத்தமான குரலில்
'அண்ணா அம்மா கோழிக்குஞ்சுகளுக்கு
காவலிருக்கச் சொல்லியிருக்கிறார்.
வந்து கொஞ்சம் பருந்தை துரத்திவிடுகிறாயா?'
என்றேன்
மிரட்சியோடு பார்த்தான்
அப்போது எனக்கும் அவனுக்குமிடையே
ஒரு பெரிய மலை வளர்ந்திருந்தது
அவன் வாழ்வில் ஒருபோதும்
மலையின் அந்தப்பக்கத்திற்கு போகப்போவதே இல்லை.

சொர்க்கத்தை அழித்தல்

மத்யானம்
விளையாட்டு முடிந்துவிட்ட இடம்
குரல்கள் மெல்லடங்குகின்றன
இச்சிப் பழத்தை வயிறு முட்ட தின்றுவிட்ட பறவைகள்
இலை மறைவினில் உறங்குகின்றன
அப்போது அயர்ந்த சயனத்தில்
குதித்திறங்கினான் கொலைகாரன்
கவனேற்றப்பட்டது கல்
இங்கனம் முடிவுற்றது சொர்க்கத்தின் பாதை.

பழைய ஏற்பாடு

நீலவானத்திற்குக்கீழ் கடல் நடுங்கிக்கொண்டிருக்கிறது
கடலாழத்திலிருந்து முத்துக்களை எடுக்க முடியாதவன்
சாட்டையால் கடலை அடித்துக்கொண்டிருக்கிறான்
கடலின் முதுகில் வரிவரியான கோடுகள்
ஒப்பாரி வைக்கும் கடலுக்கு ஆறுதல் வார்த்தைகளைத் தேடி
கிளிஞ்சல்களை பிளந்துகொண்டிருக்கின்றன ஆமைகள்
ஒன்றைக் காப்பாற்ற இன்னொன்றை துன்புறுத்தல் பழைய ஏற்பாடு
அவரவர் சந்தோசம் அவரவர் துயரத்தோடு அமைதியாக
இருந்தால் என்ன
பாவமன்னிப்புக் கேட்டு அல்லாடுவதற்குப் பதில்
கல்லறைப் பெட்டியை முதுகில் வைத்துக்கொண்டு நடக்கலாம்
நமது சொந்த பாவங்களை ஒளித்து வைக்க அது நல்ல இடம்தான்.

ஊடாட்டம்

நம்மை நாமே தொலைத்துக்கொள்வது அருந்தவம்
இரவுத்திருவிழாவில் பெருங்கூச்சலுக்கிடைய
வெள்ளிக்கொலுசணிந்த சிறுமியாய் தொலைந்துபோ
கூட்டத்தினிடையே திக்கற்று நட
தெவிட்டாமல் கைகளைத்தொடு
சில கைகள் உதறிவிடும்
சில கைகள் ஸ்பரிசிக்கும்
ஓரிடத்தில் நிற்காதே
குடைராட்டினத்தில் சுற்றுபவளைப்போல
விட்டுவிலகி விடிய விடிய சுற்று

தொடுகை விலகல்
விலகல் தொடுகை
தொடுகை விலகல்
உன் கைவழி அடைவாய்
ஆதுரம் வெறுப்பு
அன்பு காதல்
கருணை பயம்
கோபம் காமம்
எல்லாவற்றையும் உதறு

உன்னை உன்னிடமிருந்து தொலைத்துவிட்டு
விடிவதற்குள் வெளியேறு
பின் தெளிவாய்
உன்னை உனக்குள் வைத்துக் கொள்வதும்
தொலைப்பதும் ஒன்றென்பதை.

90 டிகிரி

என்றோ காயப்போட்ட ஈரத்துணியைப்போல
எவ்வளவு உலர்ந்துவிட்டாய்
தத்திதவழ்ந்து கடைசியில் வந்துசேர்ந்தது
மதுபானக்கடை அருகிலிருக்கும் டீக்கடைக்குதானா என்று ஒரே விசனம்
போதையுற்றவன் வாந்தி எடுத்துக்கொண்டிருக்கும்போது
நீ அருந்தும் தேநீர் சுகந்தமாகத்தான் இருக்கிறது இல்லையா
என்ன முகத்தை கொஞ்சம் லேசாக திருப்பிக்கொள்ள வேண்டும்
அவ்வளவுதான்.

க்ளிவேஜ்

புறா அனத்திய பின்னிரவில்
குளிர் உன்னைத் தொந்தரவு செய்ய
நீ விட்டத்தில் தூக்குக்கயிற்றை மாட்டினாய் மகளே
நான் படப்பிடிப்பில் நடிகையின் மாராப்பை
க்ளிவேஜ் தெரியுமாறு இன்னும் சற்று விலக்கச் சொல்லி
உதவியாளரிடம் கூறினேன்
அக்கணத்தில் நீ என் தோளில் அமர்ந்து
நாம் மலையேறிச்சென்ற நாளின்
மிளகு வாசனை மூளையை கசக்கியது
பலாத்காரக் காட்சியில் நடிகன்
நடிகையின் மார்பில் நகங்களால் நிஜமாகவே கீற
அவள் வலியில் அலறினாள்
வருங்கால கணவனிடம் என்ன காரணம் சொல்வேன்
என்று நடிகை என்னை ஏசுகிறாள்
நான் அவள் காயங்களுக்கு மருந்திட்டபோது
பாரந்தாங்காமல் நீ பூட்டிய கயிறு அறுந்துவிழுந்தது
மகளே நாளை நிச்சயம் நல்ல கனவைக் காண்பேன்
அதில் நாமிருவரும் பனிரோஜாக்களை நுகர்ந்தபடி
கூதல் காய்ந்துகொண்டிருப்போம்

மூன்று பரிமாணம்

1. விடைபெறுதல்

கேள்விகளால் உங்களை ஒருத்தி மூச்சுமுட்டச் செய்யும்போது
விடைபெறுதல் ஒன்றும் அத்தனை துயரமானதல்ல
பின் அவளின்றி என்ன செய்வீர்கள்

2. புருவங்களுக்கிடையே

நான் பெரிதாக ஒன்றும் கேட்கவில்லை
இரண்டு புருவங்களுக்கிடையே
வைத்துக் கொள்ளுமளவுக்கான சின்னஞ்சிறு அமைதி.
நான் பெரிதாக ஒன்றைக் கேட்கப்போகிறேன்
எனதிரு புருவங்களுக்கிடையே வைத்துக்கொள்ள
உன் பேரிதழ்களால் ஒரு முத்தம்.

3. எதுவுமில்லை

நினைவிருக்கும்போதே சிரி இல்லை அழு
கடைசியில் எதுவும் மிஞ்சப்போவதில்லை
இருட்டென அப்பியிருக்கும் இந்த துயரங்கள்கூட

மருதமரப் பெண்

அவளுக்கு இரு உலகம் அதன்படி வாழ்ந்தாள்
எத்தகைய துயரமும் அதனுள்ளே நீல நிறமாக சுழன்றது
தினமொரு மிடறெனப் பருகினாள்
தீராத அமுதை யாராவது அவளுக்கென ஊட்டியபடியே இருந்தார்கள்.

அவளது அப்பா கஞ்சா குடிப்பவராக இருந்தார்
கானக நிழல்வழி மலையேறும்போது அதை அவளுக்குச்
செய்தும் காட்டினார்
காடு முழுக்க கஞ்சா வாசனை.

செந்நாய் வழிமறித்து நின்ற கதையைச்
சொல்லிக்கொண்டிருந்தவரை நிறுத்தி,

"ஏன் அப்பா இதை புகைக்கிறீர்கள்" எனக் கேட்டாள்.

"மலையையும் உன்னையும் தூக்கிச் சுமக்கத்தான் மகளே" என்றார்.

ஒப்பாரிப்பாடலைப்போன்ற ஒரு துயரம் லயமற்று அவரது கண்களில் ஆடிக்கொண்டிருந்தது. அதைச் சகிக்காதவள் பேச்சை மாற்றினாள்.

"நாம் எப்போது கீழிறங்குவோம்."

"இல்லை மகளே உன்னை மருத மரத்தின் கருவறைக்குள் வைக்கப்போகிறேன்."

"ஏன் அப்பா."

"நீ பிறந்ததும் முள்ளம்பன்றிகள் உன்னைச்சுற்றி முட்களை இறைக்கும். பின் காலமெல்லாம் முள்படுக்கையில்தான் தூங்க வேண்டும். அதற்காகத்தான் மகளே."

"அப்படியென்றால் நான் இன்னும் பிறக்கவில்லையா?"

"இல்லை மகளே நீ என்னுள் இருக்கிறாய்."

"நான் மகிழ்வற்ற வாழ்வின் ஒருத்தியா."

"அம்மாவின் வயிற்றுக்குள் இருக்கும்போது நீ மகிழ்வானவள்தான். தூங்கிக்கொண்டிருந்தாலும், வயிற்றின் குளத்தில் நீந்தி மிதப்பாய். கருவில் உதித்தால் நீ பிறந்துதானே ஆகவேண்டும்."

"நான் அழுதுகொண்டே இருப்பேனா?"

"பொம்மைக்கு பட்டுத்துணி கேட்டு, நீ அழுவாயென்று உன் அம்மா உனக்கான எல்லாவற்றையும் முன்கூட்டியே செய்து வைத்திருப்பாள்" என்று அவர் சொல்லிக்கொண்டிருக்கும்போதே மந்தி ஒன்று குட்டியை மடியில் கட்டி
மரத்திலிருந்து பாறைக்குத் தாவியது. குட்டியின் வாயிலோ கனி.

அவள் அப்பாவின் வயிற்றைப் பார்த்து தன்வாயில் கனி இருக்கிறதாவென சோதித்தாள். அவருக்கு அது புரிந்திருக்க வேண்டும்.

"எனக்குத் தாய்மடி வழங்கப்படவில்லை மகளே" எனக் கத்தினார். அப்போது வாகைப்பூ ஒன்று காற்றில் மிதந்துவர அதிலேறி பறந்துவிட்டாள்.

பிறகொருநாள் அவள் பிறந்தாள். வாசனைத் திரவியங்களால் குளிப்பாட்டினார்கள். மருதமரத்தின் வாசனை அவள் உடலிலிருந்து நீங்கவேயில்லை. அப்பா சூதாட்ட விடுதிகளில் பொழுதைக் கழித்தபோது, அம்மா கனவில் வரும் சர்ப்பங்களை நினைத்தபடியே அமுதூட்டினாள். அவளுள் நீலநிறமாக அமுதிறங்கியது. சர்ப்பத்தை போல் நெளிந்த உடலிலிருந்து மருதமரத்தின் வாசனை நீங்கியது. துயர் பூசிய சாப நிழல்கள் இரவெல்லாம் சுவர் வழி ஓடின. பல்லிகள் கெட்ட சகுனங்களை உரைத்தபடி தாண்டவமாடின. அம்மா வெறிகொண்டு சுவர்மீது சர்ப்பங்களை வரைந்தாள். பல்லிகள் அவ்வீட்டின் திசைமறந்து ஓடின. அப்பாவும் மகளும் ஆழக்கடலின் அமுதுண்டதைப்போல கனவு கண்டபடி உறங்கினார்கள்.

அவளுக்கான கொஞ்ச காலத்தை எல்லோரும் பார்த்துக்கொண்டார்கள்.

காலத்தை யாராலும் கையில் பிடிக்க முடியவில்லை. இழுத்துப் பிடித்து தைக்கப்பட்ட கரும்போர்வைக்குள் அம்மாவும் அப்பாவுமே அவளைத் தூக்கி வைக்க வேண்டியிருந்தது.

சர்ப்பங்களால் ஆனவள் தவறிப்போய் நகரத்தில் விழுந்தாள். அவர்களுக்கான கொஞ்சகாலத்தை பார்த்தவர்கள் திரும்பி வராதவர்களைப்போல கையசைத்து போயினர். அவள் உடலெங்கும் துயரத்தின் நீல வாசனை. அதை இரவின் நாவுகள் ருசித்துக் குடித்தன. ரத்தம் படிந்த ஆடையை கடலில் வீசினாள்.

அதனால் நிறமாறிய சில சிவப்பு மீன்கள் துள்ளி மேலெழுந்து,

செவ்வந்தி பூக்கும் மலைப்பிரதேசத்திற்கு அவளிடம் வழிகேட்டுப் பறந்தன.

வெயில் மலைமேனியை பொசுக்க,

பனிநிலவை விற்கும் கட்டுவிச்சிகளை கடற்கரைகளில் தேடினாள். கடற்காகங்கள் மண்ணைத்தோண்டி மந்திரக்கோல்களை புதைத்தன.

அவளொரு குழிதோண்டி காடு கசியும் மனதை மூடினாள்.

மதியானங்கள் கிறுக்கு பிடிக்கச் செய்தன.

அவை மாற்ற முடியாத சொல்லால் பிணைக்கப்பட்டிருந்தன.

திரிபிளந்து செந்தழலென எரிந்தாள். அதில் விவாகப்புடவை மளமளவென எரிந்தது. பட்டுப்பூக்கள் கருகி உதிர்தன. திக்கற்ற நாள்களில் அவள் ஏறுகின்ற ரயில்களெல்லாமே நிறுத்தங்களை மாற்றி வைத்து விளையாடின.

கண்பார்வையற்ற பிச்சைக்காரர்களுக்கு கைபிடித்து வழிகாட்டினாள்.

தெரியாத அவர்களின் கண்களுக்கு கையசைத்தாள்.

தன்னையொரு ஆளுயர கண்ணாடி நிறைத்து வைத்திருப்பதை பார்த்தவள் அவளை அள்ளி அள்ளி வெளியே ஊற்றினாள். சிதறிய துண்டுகளிலெல்லாம் பட்டுத்துணியணிந்த அவளது பொம்மைகள் சிரித்தாடின.

தினம் சத்தமாக குரலெழுப்பியபடி கிளிகள் அவள் வீட்டைக் கடந்து சென்றன.

அநாதரவான தன்மைக்குள் நுழைய விரும்பியவள் எப்போதும் பாதாள நடைபாதையையே தேர்வு செய்தாள். அதன் சுவர்களில் போதைப்புல் மேய்ந்த தன் மலைவீட்டினை வரைய எண்ணுவாள்.

அடர் பச்சை மலையாக நீண்டன பாதைகள். சூரியன் கிழக்கில் மறைய சுரங்கப் பாதையில் நடந்துவர, அங்கிருந்த ஆட்டுக்குட்டியொன்று அவள் கைக்குச் சிக்காமல் வாகன நெரிசலுக்குள் ஓடியது. அதைப்பிடிக்க ஓடிக்கொண்டிருப்பவளின் கூந்தலிலிருந்து மஞ்சள் கரிசலாங்கண்ணிப்பூக்கள் சாலையெங்கும் உதிர்ந்துகொண்டே வந்தன.

எதிர்பாரா நேரத்தில் திரை மறைவிலிருந்து வெளிப்படுபவர்களைப் போலவே மனிதர்கள் அவளைத் திடுக்கிடச் செய்தனர். ஒவ்வொரு முறையும் ஆழ்கிணற்றில் மூழ்கிச் செத்தவளைப் போலவே வெளிரிப்போனாள். ஒவ்வொரு முறை மூழ்கும் போதும் முந்தைய முறையை விட அதிக குமிழிகளை காற்றுக்கு வினியோகித்தாள். வெளிர்நீலம் பூசிய அலுவலக கழிவறையில் யாருக்கும் தெரியாமல் அழுதவளின் தலையில் கழுகுகொன்று வட்டமிட்டது

கூட்ட நெரிசலில் புட்டத்தை தடவும் கைகள்,

அலுவலக தேகச் சீண்டல்கள்,

குழந்தைகளைக் கடத்துபவர்கள்,

பெண் தரகர்கள், பிக்பாக்கெட்டுகள்,

மலிவான விடுதிகளில் சிதைந்த உடலுடன் கிடக்கும் பெண்கள்,

மோசமான தொலைபேசி அழைப்புகள்...

அனைத்தும் அங்கே அவள் நுழைய விரும்பாத வேறொரு வாழ்வாக இருந்தது.. நகரெங்கும் மருத மரத்தினை தேடியலைந்தாள்

அது கிடைக்காத போது அப்பாவின் கஞ்சா வாசனையை.

எல்லா மரங்களும் மலையேறிக்கொண்டிருந்தன.

கீழிறங்கலாமென அவளை அப்பா அழைத்தார்.

மருத மரத்தில் புதையப் போகிறேன் என்றாள்.

"புதைவதை தேர்ந்தெடுத்த மகளே
இப்போதும் நீ அம்மாவின் வயிற்றில்தான் இருக்கிறாய்.
நீ பிறந்தேதான் ஆகவேண்டும். பிறக்காதுபோனால் காலமும் உன் அம்மா வீங்கிய வயிற்றோடுதான் இருப்பாள்.
அதை தவிர்க்கவேணும் நீ பிறந்தேதான் ஆகவேண்டும் மகளே."

“ஆனால் அப்பா பிறப்பு மிகத் துயர்கொண்டதாய் இருக்கிறது.”

“உன் வாழ்வின் பின்பாதியை மட்டுமே கண்டாய்..
முன்பாதி வாழ்வினைச் சொல்கிறேன் கேள்.

அம்மா உன்னை மண் தரையில் பிரசவித்தாலும்,
உதிரம் தோய்ந்த விரல்களால் நீ தீண்டும்போது கண்ணீரோடு
சிரிப்பாள்.
நீ செங்கல் எடுத்துத் தர நம்வீடு வளரும்.
உயரத்தைக்கூட்ட கட்டையில் நீ ஏறிநிற்கும்
குடும்ப புகைப்படத்தில் என்னைவிட உயரமாவாய்.
அம்மா உன் கண்களில் மீன் வரைவாள்.

முல்லையாற்றில் நான் உன்னையும் நீ அம்மா வரைந்த மீனையும் நீந்தவிடுவோம். பருத்திக்காட்டில் ஊஞ்சல்கட்டி உன்னை ஆடச்செய்வேன்.

உன் பல்வலிக்கு யானைப்பல்லை அரைத்துப் போடுவாள் அம்மா. முள்ளம்பன்றிகறியோடு நான் மதுவருந்த, உனக்கும் வேண்டுமென்று நீ அடம்பிடிப்பாய். சீசாவின் மூடியில் நான் மதுவை ஊற்றிக்குடுக்க, அந்த சிறுபோதையை வாழ்வெல்லாம் நினைவில் கொள்வாய்,

உன்னை என் மடியில் வைத்து சீட்டாடுவேன். சீட்டிலிருக்கும் ராணியின் கிரீடம் வேண்டுமென்று அடம்பிடிப்பாய். நாம் அதை மதுரை வீதியில் தேடியலைவோம், அப்போதிலிருந்து நீ ராணியாவாய். உன் பாவாடையை கடித்துத் திரியும் ஜிம்மியை வளர்க்கக் கொடுப்பேன். அது உனக்கு மரணத் துயரத்தைப் பழக்கும், பொருள்காட்சியில் சிங்கத்தின் முகத்திற்கு முன்னால் உன்னைக் கொண்டு செல்வேன்... அதைத் தொடவேண்டுமென்று அழுது புரளுவாய். அப்போதே அவ்வளவு பயமற்றவள் மகளே நீ.

அறுவடை நாளில் வேர்க்கடலைக்கு காவல் இருக்கும் இரவில், ஊதக்காற்றைக் குடிப்போம். ஊவென கத்திக்கொண்டே சமவெளியெங்கும் பரவும் காற்றின் ஓசையை கைகளால் பிடித்து பிடித்து சீசாவுக்குள் அடைப்பாய். நடுக்காட்டு இரவில் நட்சத்திரதை அந்திரத்திலிருந்து நழுவச்செய்து, அதை தீபத்தைப் போல நகர்ந்திச் செல்வது எப்படியென்பதை அம்மா உனக்கு கற்றுக்கொடுப்பாள்.

மார்கழிப் பனிக்கு குளிர்காய செத்தைகளை பொறுக்கித் தருவேன். சாம்பலில் படிந்திருக்கும் சோளத்தட்டையை எடுத்து என்னைப் போலவே புகைப்பாய்.

வழியெங்கும் மரங்களை நீ எண்ணிக் கொண்டே வர, மலைகளைக் கடந்து கடந்து மிளகுக் காட்டுக்குள் போவோம். மகளே அதில் நீயொரு குறுமிளகு.

கோபித்து வீட்டைவிட்டுப் போன அம்மாவைத் தேடி பெரும்பயணம் போவோம். அப்போதுதான் முதல்முதலாக யானையில் சவாரி செய்வாய். பாளம் பாளமாய் வெடித்த நிலத்தில் நடப்போம். சாமி ஊர்வலத்தில் வெடித்துச் சிதறிய வண்ணப்பட்டாசுகளைப் பார்த்து, அந்தக் கூட்டத்தோடு தொடர்ந்து போகவேண்டுமென அழுவாய். இரவின் அகன்ற வானத்தைப் பார்த்தபடி நீண்ட ஏரிக்கரையில் பெயர் தெரியாத ஊரில் படுத்துறங்குவோம்,

வெயில் மிகுந்த ஊரில் திரைக்கட்டி காட்டப்படும் கருப்பு வெள்ளை திரைப்படத்தை பார்ப்போம். அதில் நடக்க முடியாதவனை நாற்காலியில் வைத்து தள்ளியபடி போகும் பெண் அம்மாவைப்போலிருக்க, அப்போதே அம்மா வேண்டுமென்று நீ அழுவாய். நடுநிசியில் அங்கிருந்து கிளம்பி அந்த ஒத்த வீட்டை அடைவோம். அங்கே விளக்கு கம்பத்தின் கீழ் உன் அம்மா அழுதபடி தரையில் கோடுகிழித்துக்கொண்டிருப்பாள். அதைப்பார்த்து நீ சர்பங்கள் சர்பங்கள் என அலற, உன்னைக் கண்டதும் கட்டி அணைத்துக்கொள்வாள். இனி எப்போதும் தொலைந்து போகமாட்டேனென்று சத்தியம் செய்வாள். அன்றிலிருந்து உன் அம்மா உன்னை விடாது ஏந்திக்கொண்டிருப்பாள். அதனால்தான் மகளே சொல்கிறேன் நீ பிறந்துவிடு.”

நானொரு வெட்டப்பட்ட மரம்

சர்க்கார்

பனிவீசும் அடர்மழை பொழிகிறது
உயிர் தின்னும் இடி
சரசரவென மண்மேடுகள் சரிகின்றன
மழைப்பாதைகளில் பாறைகள் வழுக்கி தறிகெட்டு உருண்டோட
வனம் இருண்டு ஒடுங்குகிறது
கொடும் விஷபாம்புகள் மரங்களின் கால்களுக்கிடையே
தஞ்சமடைகின்றன
எப்போதும்போல இதுவொரு கொட்டுமழைக்காலமென
உறங்கச் செல்கிறாள் அம்மா
விடிந்ததும் வெயிலேறியக் காட்டில்
நால்திசையெங்கும் நாய்களின் குரைப்பொலிகள்
பின்னேயே பூட்ஸ்கால்களில் சரசரப்பு கேட்க
அன்றிலிருந்து அம்மா
தலையில் இடி விழுந்ததென்று கத்திக்கொண்டே இருக்கிறாள்.

வசந்த காலத்தின் பூட்ஸ்கால்கள்

அது வசந்தகாலத்தின் ஒருநாள்
எந்தப் பூவிலும் அமராத தேனீ ஒன்று
சுற்றிக்கொண்டே இருக்கிறது.
அவர்கள் பூட்ஸ் கால்களுடன்
வீட்டுக்குள் நுழைந்து
பெட்டியிலிருந்த கோப்புகளை கிழித்தெறிந்தார்கள்.
நாங்கள் நிலத்தைவிட்டு வெளியேறும் நாளை
குறித்துவிட்டுச் செல்லும் அவர்களின் தலைமுடியை
மலைக்காற்று வருடியது.
நாங்களோ வெகுகாலமாக பூட்ஸ்கால்களின் சேற்றுத்தடத்தை
துடைத்துக் கொண்டே இருக்கிறோம்.

மலையை விழுங்குதல்

நுனிமூக்கில் மஞ்சள் நிறம்கொண்ட மைனாக்கள்
தேன்சிட்டு குருவிகள்
அவைகளின் கூவலில்தான் அன்றும் எழுந்தேன்
நான் நட்டு வைத்த தேக்கு மரத்திற்கு
பதினாறு வயதாகிருந்தது
அதைத்தழுவி முத்தமிட்டபோது
மிளகுகாட்டிற்குள் அத்துமீறி நுழைந்தனர் வனத்துறையினர்
பாத்திரங்களைத் தூக்கி எறிந்தார்கள்
வீடுகள் நொறுக்கப்பட்டன
மிளகுக்கொடிகளில் அமிலத்தை ஊற்றினார்கள்
ரோஜா செடிகளும் ஊதாப்பூக்களும் அறுத்தெறியப்பட்டன
அங்கிருந்து போகமறுத்தவர்கள் காலுக்குக்கீழே சுடப்பட்டார்கள்
இருவர் நெஞ்சிலும்கூட
கண்ணீர் புகைக்கிடையே என் ஜிம்மி குரைத்தபடி
அங்கும் இங்கும் அல்லாடியது
எல்லாவற்றையும்
சலனமற்று பார்த்துக் கொண்டிருந்தது மேற்குத் தொடர்ச்சி மலை
நான் அசையாது அதைப் பார்க்கிறேன்
என் பின்னங்கழுத்தை தள்ளிக்கொண்டிருந்த
அதிகாரியின் கையைத் தள்ளிவிட்டு,
மலையை ஒரே விழுங்காக விழுங்கி
குலுங்கும் வயிறுடன் அங்கிருந்து ஓடினேன்
அன்றிலிருந்து என் கண்களில் மலைநதி பாய்கிறது
கால் நரம்புகளில் பிணைந்திருக்கின்றன இலைகள்
கண்களின் மேலிமைகளில் புள்ளினங்கள் சிறகடிக்க
தினமும் யானையின் மேலேறிதான்
என் வனாந்திர உடலைச் சுற்றிப்பார்க்கிறேன்.

குடும்ப புகைப்படம்

குடும்ப புகைப்படத்தில்
அம்மா வெளிர் நீலப் புடவையில்
அழகாக இருப்பாள்
பூத்தோடும், வெள்ளைக்கல் இரட்டை மூக்குத்திகளும் எடுப்பாக
இருக்கும்
அப்பா மாலையானதும்
சுடுதண்ணீரில் குளித்து வெகுநேரம்
கண்ணாடி முன் நின்று தலைவாருவார்
என்னோடு மூன்று குழந்தைகள்
நாங்கள் நன்றாகத்தான் வாழ்ந்தோம்
அதற்காக அப்பா வாழ்நாள் முழுதும்
மூன்று குழிகளை வெட்டினார்
அதில் முப்பதாயிரம் முறை விழுந்தெழுந்தார்
278 தடவை அவருடைய
கழுத்துவரை மண் மூடியது
7063 முறை மேற்கு மலையில் சுமையுடன் ஏறினார்
மாடுபூட்டாமல் நிலம் உழுதார்
ஒற்றைத் தலைவலியோடு
நெற்கட்டுகளை சுமக்கும் அம்மா ஒருத்தியாய்
மூனு ஏக்கர் நிலத்தில் களையெடுப்பாள்
ஒரு மத்தியானம் நாங்கள் தட்டாமாலை சுற்றியதற்கு
அவள் பருத்திக் காட்டில் கிறுகிறுத்து விழுந்தாள்.

வாழ்வற்ற ஒருநாள்

எங்கேயுமே இருக்க முடியாத நாள் வந்தது
பனிக்கட்டியை உள்ளாடையில் செலுத்தியதுபோல் விதிர்ப்பு
அப்போது எண்ணிக்கொண்டிரு இருப்பத்தொரு நாள்களையென்று
வீட்டுக்குள் அடைத்துவிட்டுப்போனார்கள்

வெளி காண்பதற்கு துளி துளையும் இல்லை
வெயில் கலைந்த நகரத்தை
கனவு வழி மிதந்து பார்த்தால்
வாகனங்கள் தானாகவே இயக்கியபடி நகர்கின்றன
வெறிச்சோடிய சாலைகளில்
இருத்தலின் விதியடங்கிய துண்டுபிரசுரங்களாய்
ராணுவப் பீரங்கிகள் வந்திறங்குகின்றன

தடைசெய்யப்பட்ட நாளில்
கனவுகள் வேவுபார்க்கப்பட்டு தனிமைபடுத்தப்படும்போது
வேறுவழியில்லை துளையிட்டு ஆழமாக
பூமிக்கடியில் செல்லவேண்டியதுதான்
அங்கும் பெருச்சாளியோடு போட்டி இருக்கும்
சமாளித்தால் ஏதாவது ஒரு சாதாரண நாளில்
மிதமாக வெயிலடிக்கும் ஒரு காலைப்பொழுதில் மேடேறலாம்
ஆனால் உங்கள் வீட்டுக் கதவு உட்புறமாக பூட்டப்பட்டு
உள்ளே ஒரு எந்திரம் சமைத்துக்கொண்டிருக்கும்
உங்கள் படுக்கையறையில்தான் அது தூங்கும்
ஆச்சர்யப்படாமல் அதோடு சேர்ந்துவாழத் தயாராக வேண்டும்.

ஜெய்ஸ்ரீராம்

நாடோடிகள் பசியின் நாள்களை எண்ணிக்கொண்டிருக்கிறார்கள்
நானோ தனிமையின் நாள்களை எண்ணியபடி
ஒரு மனிப்பிளான்ட் செடியை புதிதாக நட்டுவைக்கிறேன்

குழந்தைகள் பாதம் வெடிக்க தார்ச்சாலையில் நடந்துபோகட்டும்
அவர்கள் சாவதற்கானவர்கள் இல்லையா?
இன்னும் இன்னும் சுத்தமாக கைகளைக் கழுவலாம்.

மகாபாரத ராமாயண சாகச முடிவுகளில் கொல்லப்படுவர்கள் யார்?
அரக்கர்கள்
இது ஒற்றை தேசம்
கைகளைத் தட்டுவோம்

அப்படியென்றால்
இப்போது ஆட்சியில் இருப்பவர்கள்
ராம ஜென்ம வாரிசுகள்
ஒரு குறையும் இல்லை
ஆனால்
பசியில் அழும் பச்சக்குழந்தைகளுக்கு
தாய்மார்கள் புற்களைத் திங்கக் கொடுக்கிறார்கள்
அதிகம் பேசாமல் கைகளைத் தட்டுங்கள்

ஒருவர் பசியை ஒருவர் சாப்பிட
ஒருவர் ஓடிக்கொண்டிருப்பார்
ஒருவர் துரத்துவார்
ஒருவர் வேடிக்கை பார்ப்பார்
நல்ல தேசம்

நகரெங்கும் கட்டிடங்கள் உடைந்து நொறுங்கும் சப்தங்கள்
பதறவேண்டாம் வெடிகுண்டுகள் எதுவும் வெடிக்கவில்லை
அது கைவிடப்பட்டவர்களின் பசி சத்தம்.

நினைவுகளுக்கப்பால் ஒரு பாடல்

பூப்பறிக்க வருகிறோம்
பூப்பறிக்க வருகிறோம்
என்று ராகமிட்டுப்பாடி தெருவில் நடக்கிறேன்
யாருடைய நினைவிலும் அப்பாடல் இல்லை
அது முடிவுறாத வீதியாக இருக்கிறது
வெளியேறும் வழியறியாதவர்கள்போல
மனிதர்கள் அங்கேயே சுற்றுகிறார்கள்
ஒரு பெட்டிக் கடையில் பலூன்களை வாங்கி
ஊதி ஊதிப் பறக்கவிடுகிறேன்
மஞ்சள் சிவப்பு நீலம் வெள்ளை நிறங்களில்
அவை தெருவைக் கடந்து மலைமேல் பறக்கின்றன
எல்லோரும் அதைப்பிடிக்க ஓடுகிறார்கள்
ரப்பர் மிட்டாய்காரனின் மணிச்சத்தம்
நல்ல சகுனமாய் வீதியை நிரப்புகிறது.

திருப்பேரிசைக்காலம்

பறவைகள் விருட்டென என்னைக் கடந்து செல்லும்போது
அவற்றின் அலகிலிருந்த மலையொன்று
தொப்பென விழுந்ததும்
சுறுசுறுவென நினைவு வளர்கிறது
பனியில் நனைந்தபடி நாங்கள் நட்டு வைத்த
தேக்கு, கருங்காலி, தோதகத்தி மரங்களில்
மிளகுக்கொடி தாபத்தோடு உச்சிவரை படபடவென ஏறுகிறது
ஒற்றை மூங்கில் ஏணியை மரத்தில் சாய்த்து
அந்தரத்தில் மிளகெடுக்கிறார் அப்பா
காப்பிகொட்டைகளை பறிக்கும் அம்மாவின்
தலையிலணிந்த கோணிச்சாக்கில் பெய்யும்மழை
இசையைப்போல தெறிக்கிறது
கீரிப்பிள்ளைகளை எப்போதும் துரத்திக்கொண்டே இருந்தோம்
இரவில் சமவெளியில் தெரியும் மின் வெளிச்சங்களை
நட்சத்திரங்களென எண்ணினோம்
பன்னீர்க்கொய்யாக்களை பந்தென உருட்டி விளையாடினோம்
மரங்களுக்கிடையே கேட்கும் தேவலாலய மணிச்சத்தம்
ஒரு பறவையின் குரலைப்போலவே ஒலிக்கிறது
குலசாமி படையலில்
தேக்கிலையில் கிடைக்கும் சர்க்கரைப் பொங்கலும்
கப்பங்கிழங்கும் கானமிளகாய்ச்சட்னியும்
கடந்த காலமே என் அமைதி அமைதி

மேலும் ஒரு நிலமற்ற கடவுள்

அவர்கள் எங்கள் வரலாற்றை உடைத்துக்கொண்டே இருக்கிறார்கள்
பூர்வீகமற்று நாங்கள் துரத்தப்பட்டுக்கொண்டே இருக்கிறோம்.
ஒவ்வொரு முறையும் பசியாற
எங்கள் குருதியை விலையாகக் கொடுக்கிறோம்.
பசியாற்றிய எங்கள் நிலத்திலேயே
புதைக்கப்பட வேண்டும் என்பதே எங்கள் விருப்பம்
ஆனால் பயிர்கள் சிதைக்கப்பட்டு துரத்துப்படுகிறோம்.
சேறு படிந்த கால்களுடன்
எங்கள் தந்தையர்களின் பின்னால் கைகளில் ஏதுமற்று
இன்னொரு அநாதரவான நிலத்திற்குப் பயணிக்கிறோம்.
செல்லுமிடமெல்லாம்
ஒரு கடவுள் தோன்றுகிறார்
எப்போதும் மன்றாடும்
அதே பிரார்த்தனைதான் எங்களிடம், ஆனால் பாருங்கள்
எங்கள் கடவுள்கள் எல்லோரும் நிலமற்றவர்களாகவே
இருக்கிறார்கள்.

தளிர்

என்னைத் தெரிகிறதா தங்கமலரே
கனத்த வயிற்றில் நீ ஆடிக்கொண்டிருந்தாய்
அப்போது நாம் உரையாடினோம்
அன்று உன்தாய் சொன்னாள்
தாளமிடும் கைகள் உனக்கென்று.
நீ யாரைக்கண்டு முதலில் சிரிப்பாயென்று
எங்களுக்குள் ஒரு போட்டி
அப்போதெல்லாம் உன் தந்தை சொல்வார்
முதலில் உன் அம்மாவின் சேலையில் இருக்கும்
பூக்களைப் பார்த்தே நீ சிரிப்பாயென்று.
யாரைக்கண்டு சிரித்தபடி
எவ்விடம் போனாய் மகளே
காற்றிடமா
மலையிடமா
தூரத்து கடலிடமா
இல்லை உன் தாயின் கருவறைக்குள்ளா
உன்னை எங்கு வந்து பார்ப்பேன்
எனது பேரின்ப வசந்தமுல்லையே.

நானொரு வெட்டப்பட்ட மரம்

1

மலையின் ஒளிகூடிய கண்களை
பார்த்துக்கொண்டிருக்கும்போதே
காலம் நழுவி நழுவித் தூக்கி எறிய
எந்த அடையாளமற்றும்
இதோ நான் இங்கிருக்கிறேன்

2

"நீ யார்?"என்று கேட்பவர்களிடம்
நானொரு வெட்டப்பட்ட மரமென்பேன்.
"எங்கிருந்து வருகிறாய்" என்றால்
சொர்க்கத்தை பார்த்திருக்கிறீர்களா? என்பேன்
"பின் எதற்கு அங்கிருந்து வந்தாய்" என்றால்
எதுவும் காதில் விழாததுபோல் வேறு பக்கம் திரும்பிக் கொள்வேன்
சொந்த நிலத்திலிருந்து துரத்தப்பட்டதை
என்னால் கண்ணீரின்றி சொல்ல முடியாது.

ஆடுகளை கழுதைகளாக அல்லது கடவுளாக மாற்றுதல்

நான் மரத்தினடியில் அமர்ந்திருந்தபோது
வாழ்வு அத்தனை ஆச்சர்யமானதாக இல்லை
என்னை நோக்கி அவன் வந்தபோதுதான்
விநோதங்கள் தொடங்கின
'நான் உன்னிடம் பார்த்துக்கொள்ளும்படி
விட்டுப்போன நட்சத்திரங்களைத் திருப்பித்தா' என்றான்

எப்போதென்று விழித்தேன்

'இருபது வருடங்களுக்கு முன்
இந்த பூவரசம் மரத்தின் கீழ்தான்' என்றான்

அப்போது நான் மரத்தைச்சுற்றி விளையாடிக்கொண்டிருந்தேன்
அந்த பள்ளத்திற்குக் கீழே நீரோடை ஓடும்
இங்கே அதிர்ஷ்ட கூப்பன்கள் தொங்கும்
மஞ்சள்நிறப் பெட்டிக்கடையிருந்தது
பொறுக்க முடியாத கால்வலியோடு
கிழவியொருத்தி மக்காச்சோளம் விற்பாள்
ஆலமரக்கிளையில் ஊஞ்சலாடியபடி
அதைக் கடித்துத் திண்போம்
எல்லாம் நினைவிருந்தது ஆனாலும்
ஏய் பைத்தியக்காரா இதையெல்லாம்
உன் கடவுளிடம் போய்க்கேளென்றேன்

அவன் சொன்னான்,
'கேட்காமலா?
கடவுள் ஒரு நினைவு மறந்த கழுதை
எதுவும் அதன் ஞாபகத்தில் இல்லை
தான் ஒரு கழுதையாக இருந்ததைக்கூட
மறந்துவிட்டது'
இப்பொழுதெல்லாம் யாரும் கழுதைகளை வளர்ப்பதில்லை மூடனே

பொதி சுமப்பதை அவை நிறுத்தியதும்
மனிதர்கள் அதை வளர்ப்பதை நிறுத்திவிட்டார்கள்
கடைசியாக சுற்றித் திரிந்த ஒரு கிழட்டுக் கழுதையும்
நீரில்லாக் கிணற்றில் விழுந்து செத்துப்போனது
தற்சமயம் பொதியேற்ற இங்கே போதிய மனிதர்களும் இல்லை
ஆடுகளை வளர்த்துக் கொண்டிருக்கும்
அந்த வயதானவர்களைத் தவிர

'அவர்கள் இங்கே என்ன செய்துகொண்டிருக்கிறார்கள்'

ஆடுகளை கழுதைகளாக மாற்றிவிடும் முயற்சியில் இருக்கிறார்கள்

'நீ இங்கே என்ன செய்துகொண்டிருக்கிறாய்'

கழுதையாவதற்காக காத்திருக்கிறேன்
வா என்னருகில் வந்து உட்கார்
நாம் சேர்ந்து காத்திருப்போம்.

அல்லி

எருக்கம்பூ அடர்ந்த காட்டில் காதல் வளர்க்கிறாள் அல்லி
கருக்கலில் சிறுகாமம் எழ செய்தியனுப்பிகிறாள் காதலனுக்கு
காதலனின் அலைபேசி ஊரை எழுப்ப
புன்னகையோடு ஒரு முத்த ஸ்மைலியை அனுப்புகிறான்.
சாதிமாறிய காதலை அறுக்க அறுவாள் தீட்டும் குடும்பத்தில் பிறந்தவள்
தம்பியோடு கம்மாங்கரையோரம் நடைபயணம் செல்லும்போது
அன்பூறிய வார்த்தைகளில் அவனைக் கெஞ்சி
கம்மாயில் பூத்திருக்கும் தாமரையை பறிக்கச்சொல்லி அனுப்பிவிட்டு
கணப்பொழுதில் அவளைக்கடந்த காதலனிடம்
ஒரு உதட்டு முத்தம் வாங்கி
பெரும்பொழுது காதல் தணிந்தாள்.
பௌர்ணமி அன்று விரதமிருக்கிறாள்
துப்பட்டாவை கிழித்து துணியை குலசாமிகோவில் மரத்தில்
காதலனின் பெயர்சொல்லி முடிகிறாள்.
செல்பேசியை அமைதிபடுத்தாத கூதல் இரவில்
பேயுறக்கம் கொண்ட நாளில்
டார்லிங் என்று பெயரிட்ட அழைப்பை எடுத்தார் அப்பா
எதிர்முனையில் காதல் அமைதியாகியது
திருமண ஏற்பாட்டை அல்லி அழித்தாள்
குலசாமி கைவிட்டபோது தூக்கிலிடப்பட்டாள்
அல்லிக்கு பிடித்த தாமரையை அவள் தலைமாட்டில் வைத்தான்
தம்பி

மண்பானைகள் உடையாத உலகம்

நீங்கள் பகல்நேர குடிகாரர்களாய் இருந்தால்
மதுக்கூடத்தில் போத்தல்களைச் சேகரிக்கும்
முத்தமாளை உங்களுக்குத் தெரிந்திருக்கும்
நீங்கள் பார்த்துக்கொண்டிருக்கும்போதே
முந்தைய நாள் சேகரித்த மதுப்புட்டிகளிலிருந்து
சொட்டுச் சொட்டாகச் சேகரித்த மதுவை
ஒரு வறுத்த கருவாட்டை வைத்து குடித்துக்கொண்டிருப்பாள்
மறுநாள் கழுவவேண்டிய வாந்திகளை குமட்டலுடன் நினைவுகூர்ந்து
காதுகேட்க முடியா வசைகளை ராகமாகப் பாடுவாள்
மண்பானைகளை லாவகமாக உருட்டிய
அவளது கைகளில் மிச்சமிருக்கும் தாபத்தை தணிக்க
போத்தலை உடைத்து மச்சக்கோடாய் மணிக்கட்டில் கீறிக்கொள்வாள்
மண்பிசைந்த சிணுங்கும் கால்களை அவளே முத்தமிட்டுக்கொள்வாள்
பருவம் மீறி மிளிரும் மேலுதுதட்டு மச்சக்காரிக்கு
நீளும் யாமத்தை சமன்செய்ய அன்றும் மது போதவில்லை
கோழிகூவும் வேளையில் அவள் போத்தல்களைச் சேகரிக்கும்போது
கருணைகொண்ட யாராவது
ஒரு முழு மதுப்போத்தலை அவளுக்குப் பரிசளியுங்கள்
அன்றிரவு உங்கள் பெயர்சொல்லி
மண்பானைகள் உடையாத இவ்வுலகை இன்னும் ராகமிட்டு
வசைபாடுவாள்.

பதியம்

பெருநிலத்திலிருந்து
நாங்கள் துரத்தியடிக்கப்பட்டபின்
அங்கிருந்து ரோஜா செடியினை
எடுத்துவந்து பதியமிட்டார் அப்பா
அவை ஒவ்வொரு நாளும்
மலை மலையாகப் பூத்துத் தள்ளுகிறது.

மரணக்குறிப்புகள்

1. பூந்தழல்போல நினைவு

துல்லியமாக நினைவிருக்கிறது
பனிபூத்த அந்த ராப்பொழுது
எனக்கோ சின்னஞ்சிறிய மூன்று வயது
வாழ்வின் முதல் நினைவு
பூந்தழல்போல எரிந்துகொண்டிருக்கும்
விறகடுப்பில் பூவை நெறித்து நெறித்து
ஒளிகூட்டினாள் அம்மா
மரணத்தின் நெருக்கத்தில்
இன்றும் அது கதகதப்பாயிருக்கிறது
ஒளிகூடிய பூவாய்
இவ்விதமே முடியட்டும் வாழ்வு.

2. பெருங்கருணை மரணமே

ஓடும் அளவுக்கு
ஓடித் திரும்பியிருக்கிறேன்
என் நட்சத்திர வெளிக்கு
அங்கே ஒரு வால்நட்சத்திரம் மின்னுகிறது
பிடித்தேற வசதியாக
என் தலைக்கு மேலே
தொங்கிகொண்டிருக்கிறது
அதன் நீளமான வால்பகுதி
நான் காலுடைந்த குதிரை பொம்மையை வீசியெறிந்தவள்
இவ்வளவு கருணையை எவ்விதம் தாங்குவது

3. தலைகீழாய்த் தொங்கும் யுவதி

விலக இடமில்லாத
பெருங் கூட்டத்தில் தொலைந்தேன்

என்னைச்சுற்றி மனிதர்கள் நடமாடினார்கள்
ஒருவரும் என் கையைப் பற்றவில்லை
நீ மட்டுமே முன்வந்து நிற்கிறாய் கொடையாளனாய்
நாம் இப்போதே போகலாம் மறுப்பேதும் இல்லை
அதற்குமுன் சர்க்கஸ் கூண்டிலிருக்கும் சிங்கத்தை
ஒருமுறை பார்த்துவிட்டு வருகிறேன்
நீயும் வந்து
தலைகீழாய்த் தொங்கும் யுவதியின்
கண்களில் தெரியும் மரணபீதியைப் பார்
இவ்வாழ்வு எவ்வளவு பெரிய மோசடி எனத் தெரியும் என் ப்ரிய மரணமே!
இதிலிருந்துதான் என்னை அழைத்துச் செல்கிறாய்

4. தாயின் மடி

முன்பொருமுறை தொலைந்தபொழுது
அவ்விடத்திலிருந்து பின்நோக்கி நடந்தேன்
ஒருவரும் என்னை நிறுத்தவில்லை
எல்லோரும் என்னை விசித்திர சிறுமி என்றார்கள்
என் நினைவில் ஒரே ஒரு ஞாபகம் மட்டுமே இருந்தது
வீட்டுக்கு முன்னால் இச்சி மரமிருக்கும்
நிலவொளி இரவில் என் தாயின் மடியில் படுத்தபடி
இலைகளை எண்ணுவேன்
அவை நட்சத்திரங்களாக மின்னும்
அதை நினைத்தபடியே வீடு வந்தசேர்ந்தேன்
தூதுப்புறாவைப்போல
எப்போதும் நான் திரும்பும் வழியறிந்தவளாயிருந்தேன்
மரணமே அதை நான் மறக்கும்படி செய்துவிடு!

5. தீஞ்சுவை எலும்புகள்

என் எலும்புகள் கருகும்
தீவாசனையைப்பற்றி

எனக்கெந்த பயமும் இல்லை
பால்யம் முழுதும் காடைகளைப் பிடித்து
தீயில் வாட்டியிருக்கிறேன்
எச்சில் ஊற ருசித்திருக்கிறேன்
ஆனால் என் எலும்புகளோ உப்புச்சுவையற்றவை
அதன் நிறமற்ற வாசனையோ
தீஞ்சுவையால் ஆனது
என் எலும்புகள் கருகும்
தீவாசனையைப்பற்றி
எனக்கு எந்த கலக்கமும் இல்லை

6. என்அளவே உயரமுள்ள மரணம்

யோகிகள் இன்மை பற்றி
எவ்வளவு எடுத்துரைத்தாலும்
என் தலைமாட்டில் அமர்ந்திருக்கும்
இவர்கள் துயறுருவதை நிறுத்தப்போவதில்லை
மரணம் இவர்களுக்கு கெடுதி மரமே
சில மணித்துளிகள் நீ பொறுத்திருந்தால்
இந்த துயர்கீதத்திலிருந்து விடுபட்டு
நாம் மலையடிவாரத்திற்குச் சென்றுவிடலாம்
பின் அங்கிருந்து உவ்விடம் செல்வோம்
எனது கடைசி விருப்பங்கள் குறித்து
நீ ஆவண செய்வாயா எனத் தெரியவில்லை
ஆனால் என் அளவு உயரமேயுள்ள உன்னுடன்
உரையாட முடியுமென்று தோன்றுகிறது
என் குழந்தைப்பருவ நிலத்தில்
ஒரு நடை போவோமா?
அங்கு மேய்ந்துகொண்டிருக்கும் ஆடுகளின் மீதேறி
பழுப்பு நிறச் சூரியன் ஆனந்தமாக குதிரை சவாரி செய்யும்
உசிலை மரக் கூட்டிலிருந்து
ஒரு குஞ்சுப் பறவை முதன்முதலாக
பறப்பதைக்கூட காணலாம்

மலைக்காற்றும்
சாம்பல்நிற வானமுமாய்
சமவெளி முழுதும் முழு அமைதி நிலவும்
அந்த அந்திப் பொழுதில்
நாம் அங்கிருந்து மௌனமாக வெளியேறலாம்.

தலையில் ஹாரன்கள் கொண்ட கரடிகள்

நகரத்தின் வாகன நெரிசலில் நிற்கிறேன்
அங்குலம் அங்குலமாக தனிமையில் நகர்கிறது என் மனம்
இடையறாது என் காதில் கேட்கும் இயந்திரச் சத்தங்களை நிறுத்தி,
நிகழ்காலத்திலிருந்து விடுபட்டு
என் பால்ய வீட்டிற்குள் நுழைகிறேன்
சரிந்த நிலத்தில் மலைக்கு எதிர்புறம்
போதைப்புல் வேய்ந்த மண்வீடு
அங்கே நான் வெதுவெதுப்பான கம்பளிக்குள்ளிலிருந்து
கதை கேட்டுக் கொண்டிக்கிறேன்
அப்போது மண்சரியும் ஓசை
அப்பா வாயில் கைவைத்து அமைதியாகும்படிச் சொல்லி
கதவிடுக்கில் பார்க்கிறார்.
கரடி எங்கள் வீட்டின் கதவை முட்டிச் செல்கிறது
பயந்த இரவை பகல் சரிசெய்கிறது
வெயில் பொழுதில் மரத்தைச்சுற்றி விளையாடிக் கொண்டிருந்த
எங்களை மானொன்று நின்று பார்க்கிறது
நாங்கள் ஒரு அடி முன்னெடுத்ததும்
அது பயந்தோடுகிறது
சாலையில் ஒரு வாகனம் விகாரமாக சத்தம்மெழுப்ப
நிமிர்ந்து பார்க்கிறேன்
என்னைச் சுற்றி ஆயிரம் கரடிகள் தலையில் ஹாரன்களோடு
நிற்கின்றன
அதன்மேல்தான் மனிதர்கள் அமர்ந்திருக்கிறார்கள்.

சாம்பல் வனம்

எரியுங்கள்
இன்னும் இன்னும் வேகமாக
முற்றிலுமாக எரியுங்கள்
மளமளவென்று எரியட்டும்
சுடுங்கள் இடைவெளியின்றி
பொத்தலாகட்டும் மார்பு
கறித்துண்டுகளை கூறாக்குவதைப்போல வெட்டிக் கூறுபோடுங்கள்
முதுகெலும்பை உடையுங்கள்
நகரமுடியாதபடி
மார்புகளை கசக்கி
வன்புணர்வு செய்யுங்கள்
முழுதையும் அழியுங்கள்
பின்
சுடுகாடான உங்கள் நகரத்தில் சாம்பல் நிறையும்
அள்ள அள்ள நிறையும் சாம்பல்கள் அவை
கழுவக் கழுவ கண்களை நிறைக்கும் சாம்பல்கள் அவை
எரிந்த தன் வீட்டின் நெருப்பை கண்களில் வைத்து அலையும்
சிறுவன் குழந்தைகளின் கனவில் நடமாடிக்கொண்டே இருக்கிறான்
உறங்க முடியாததாய் மாறுகிறது நகரம்
முலைகளைப் பிடுங்கி எறிகிறார்கள் பெண்கள்
தப்பியோட முடியாதபடி திணறி மிரள்பவர்களே
மகனை இழந்த தகப்பனின் தொழுகையொலி
உங்கள் செவிப்பறைகளில் ஆணியை இறக்கட்டும்
பைத்தியக்காரர்களே
கடைசியில் வெறி பிடித்த நாய் துரத்துவதைப்போல
உங்களை நீங்களே துரத்திக்கொண்டு ஓடுவீர்கள்
சாக முடியாத துயரத்தில்
யுகம்தாண்டி ஓடிக்கொண்டே இருப்பீர்கள்.

குன்றுகளை பெற்றெடுத்தல்

வரையாடுகளும்
காட்டுப்பன்றிகளும்
மலைமான்களும்
திமுறும் யானைகளும்
கரடிகளும் குதித்தாடும் மந்திகளும்
கன்னிமார்சாமியும்
செந்நிறஅந்தியும் பூக்கும் மலையில்தான் நான் பிறந்தேன்
சுனையின் குளிர்ந்தநீர் என்னை பருவமாக்கியது
இரண்டு குன்றுகளை ஈன்றெடுத்தேன்
என் பிள்ளைகள் ஆடுகளை வளர்த்தார்கள்
பாறைப் புடவுகளில் படுத்துறங்கிய ஆடுகள்
குளிர் இரவொன்றில் சமவெளிக்கு நகர்ந்தது
ஆடுகளைத்தேடி குன்றுகளும் தரை இறங்கின
நான் அவர்களைத் தேடினேன்
வெகு தூரம்
நீண்ட வெகு காலம்
நான் தேடிக்கொண்டே இருக்கிறேன்
எங்காவது குன்றுகள்
கிழ ஆடுகளை மேய்த்துக்கொண்டிருந்தால்
நிறுத்திவையுங்கள்
நாங்கள் திரும்பி நடக்க வேண்டும் எங்கள் மேற்கு மலைக்கு.

சுழிக்காற்றில் மறைந்த எம் தந்தையர் நிலம்

மக்கள் வெளியேறிய நிலத்தில்
மடிந்த எம் தந்தையின்
எம் தந்தையின் தந்தையின்
அவர்களின் தாயின்
அவர்களின் தந்தையின் தந்தையின் குரல்கள்
பாறைகளில் துயில்கொள்கின்றன
சிலநேரம் விடிந்தும் கண்விழிக்க மறந்து
அயர்துறங்குகின்றன
நூற்றாண்டுகளாய் மரணிக்காத குதிரைக்காரன்தான்
அவற்றைத் தட்டியெழுப்புகிறான்
பின் அவை
தங்களை உயிர்ப்பிக்கும் மந்திரக்கார நாடோடியை எதிர்பார்த்து
ஆமணக்குச் செடிகளும் கள்ளிப்பழங்களும் வளர்ந்து கிடக்கும்
கரட்டின் மேடு பள்ளங்களில் நீண்டதூரம் நடந்துவிட்டுவரும்.

முன்பு,
வெம்பல் நிலத்தில் மண் மேலெழும்பியது
அனலாக காய்ந்துகிடந்த சோளக்காட்டினைக் கண்டு கரட்டிலிருந்து அலறியபடி இறங்கிச் சென்றன யானைக்கூட்டம்
உசிலை மரம் பட்டுப்போயிருப்பதை பார்த்து
கூடுகட்ட வந்த ஞானவந்தான் குருவி
துயரத்தோடு திரும்பிப் போனது
வெக்கையடிக்கும் காற்றைத் தடியால் அடித்தாள் ஆச்சிக்கிழவி
மண்ணப்பிய முகங்களோடு மனிதர்கள் ஒருவரையொருவர்
துயர்கொண்டு பார்த்தார்கள்
எந்தக் கண்களிலும் ஈரமில்லை
காய்ந்த கண்களில் மரணத்தின் சாயை
காற்றில் வீச்சமெடுக்கும் மரணத்தின் துர்வாடையை
சாம்பிராணி புகைகளும் அகில் புகைகளும் போக்கவில்லை

தண்ணீருக்காய் சப்புக்கொட்டும் உதடுகள் ஈனமாய் அசைய
ராமுழுதும் குழந்தைகள் ஈரபிசுபிசுப்பில் கதறியழுதன
காய்ந்த சருகு மூடிக்கிடக்கும் கிணற்றில் தவளைகள்கூட இல்லை
விதைக்காக இருந்த தானியங்களும் பசியாற்ற
தானியம் தீர்ந்த மண்அடுக்குப்பானைகள்
காற்றிலாடி விழுந்துடைந்தன
ஒளிர்ந்தபடி ஒன்றில்லாமல் உதிரும் இலைகளை
கனவில் கண்ட பெண்கள்
கரும்பச்சை துணியில் சீலைக்காரிக்கு முடிந்து வைத்த
காணிக்கையை அவிழ்த்தெடுத்தார்கள்
பின், துருப்பிடித்த கலப்பைகளை கழற்றிக்கொண்டு
கரட்டிலிருந்து கீழிறங்கினார்கள்
அவர்கள் வெளியேறுவதை பாறையில் நின்றுபார்த்த மரநாய்
திக்கு தெரியால் ஓடியது.

பட்டுப்போன மரங்கள் ஒடிந்தொடிந்து விழுகின்றன
அதில் அமர்ந்து செல்லும் அந்த ஒற்றைக் காகமும் வரவில்லை
ஆண்டுகளாய் வெள்ளைவெயில் துயரமாய்க் கொட்டிய சாப நிலத்தில்
மண்டகரட்டானும் பாம்புராணிகளும் சுற்றித்திரிந்தன
வெகு நாளுக்குப்பின் கழுதை ஒன்று கரட்டுவழி ஏறி
சிதிலமடைந்த கல்வீடுகளை நுகர்ந்துபார்த்தது
அன்றைய இரவில் வால்நட்சத்திரமொன்று
பறந்து செல்வதைப் பார்த்தான் குதிரைக்காரன்

தீவளையம் சுழிக்காற்றில் சுழன்றடித்தது
தடம் அழிந்த நீரோடை வழியே ஊருக்குள் வந்துசேர்ந்தான் நாடோடி
கழுதையை குதிரைபோல் கையில் பிடித்திருந்த குதிரைக்காரன்
கயிற்றைவிட்டான்
கழுதை நாடோடியைச் சுற்றிச் சுற்றி வந்து நுகர்ந்தது
அவன்மேல் புங்கமரத்தின் வாசனை
குதிரைக்காரனும் நாடோடியும் எதிரெதிரே நின்றார்கள்
நவதானியங்களை நாற்திசைகளிலும் விசிறியெறிந்த நாடோடி
இடுப்பளவிலான கண்ணாடியைக் கையிலெடுத்து,

குதிரைக்காரனிடம்

‘அறுந்த கடந்தகால இழைகளைப் பின்னும் நாடோடி நான். இறந்தவர்களைக் காண விரும்புகிறாயா’ என்றான்.

‘எப்படிக் காண்பது’

‘கண்ணாடியின் முன் குரல் ஒலித்தால் உருவம் தெரியும்’

‘மனிதர்கள் வாழ முடியாத நிலமாய் இருக்கிறது இவ்வூர் அவர்களை உயிர்தெழச்செய்யவோ அல்லது இங்கிருந்து வெளியேற்றவோ முடியுமா? அவர்கள் நீண்ட காலம் அடைபட்டுகிடக்கிறார்கள்.

நானும் இவர்களுக்காகவே மரணிக்க முடியாமல் அவதிப்படுகிறேன்’

என்றான் குதிரைக்காரன்.

‘இங்கு எல்லாமும் திரும்பவரும்.

மரங்களும் இலைகளும் அசையும் ஓசை உனக்கு கேட்கவில்லையா?

அவை இங்குதான் இருக்கின்றன. விரைவில் உயிர்பெறும்’

என்று சொன்ன நாடோடி, கண்ணாடியை பாறையில் வைத்துவிட்டு அமர்ந்தான்.

சாம்பல் இரவு

பூனையின் குளம்படி போன்ற நடையாய் முணுமுணுப்புகள் ஒலிக்கத் தொடங்கி மெல்ல மெல்லச் சிரிப்பு, அழுகை,பாடல் என்றுயர்ந்த குரல்களின் முகங்கள் கண்ணாடிக்குள் நெருக்கியடித்து தோன்றின.

எங்கும் நிரம்பியிருந்த குரல்களின் நிராசைகளை தூசிதட்டி பாறைகளில் உலரப்போட்டான் நாடோடி. ஒரு பெரிய கம்பளத்தை எடுத்து விரித்தான். ஒவ்வொரு குரலும் உருவமாகி எழுந்தது. முதலில் நிலத்தை உழுகப்போனவர்கள் கலப்பையோடு திரும்பினார்கள். என்னவென்று பாறையை எட்டிப்பார்த்தவர்களை பிடித்து நெய்யத் தொடங்கினான் நாடோடி.

அங்குமிங்கும் பேச்சுக்குரல்கள் மெல்லப் பாவுகிறது.

நாடோடி தரிக்கும் நீளக்கம்பளத்தில் ஆடுகளை மேய்ச்சலுக்கு ஓட்டிச்சென்றவர்களும் ஆடுகளோடு வந்துசேர்ந்தார்கள். இழை இழையாய்ப் பின்னுகிறான். கூச்சலிட்ட ஆடுகளை கம்பளத்தின் ஓரங்களுக்கு தள்ளி பார்டர் கட்டினான். இடுப்பில் ஒன்று தலையில் ஒன்றென நீர்க்குடத்தை சுமந்துவந்த குமரியும் கன்னி இழையாய் கரைசேர்ந்தாள். சோவிமுத்துப் போட்டு குறிசொல்பவள் நடுமத்தியில் அமர்ந்தாள், அவளைக் கொஞ்சம் நகர்த்தி நடுத்துணியில் சீட்டாட்டத்தைப் போட்டுவிட்டார்கள் போக்கிரிகள். விளையாடிய குழந்தைகள் கதைபேசிக்கொண்டிருந்த கிழவன் கிழவிகள் சமைத்துக்கொண்டிருந்த பெண்கள் எல்லோரும் கம்பளத்தில் கச்சிதமாய் பொருந்திவிட்டார்கள்

குரல்கள் அடங்கின

கம்பளத்தை மடித்து பொட்டலத்தில் வைத்துக் கட்டிய நாடோடி

எல்லாவற்றிக்கும் கூலியாக கழுதை வேண்டும் என்றான்

அதை தரமறுத்த குதிரைக்காரன் என்னை எடுத்துக்கொள் என்றான்.

திரண்டுவந்த கறுத்த மேகத்தை பார்த்தபடி, இருவரும் கரட்டிலிருந்து கீழிறங்கினர்.

அப்போது மழையில் நனைந்தபடி ஒரு கிழவனும் கிழவியும்

அவர்களுடைய வயதான பேரனும்

நிறைசூலியான அவன் மனைவியும் ஆடுகளோடு கரட்டிலேறி

ஊருக்குள் வருவதை பார்த்தபடி நின்றது கழுதை.

தேசம்

மகளை முக்காடிட்டு
போராட்டக் களத்திற்கு அழைத்துப்போகிறாள் தாய்

அம்மா நாம் ஏன் இங்கே வந்திருக்கிறோம்?

நாம் இங்குதான் பிறந்தோம் என்பதை உறுதி செய்ய மகளே

நான் கங்கை ஆற்றக்கரையில்தானே பிறந்தேன்?

ஆம் மகளே அதை உறுதி செய்ய வேண்டும்

என் உடலில் ஆற்றின் வாசனை வீசுகிறதே
உன் உடலிலும்கூட?

ஆம் மகளே அதை நாம் உறுதி செய்ய வேண்டும்

யார் கேட்கிறார்கள் அம்மா?

"தேசம்"

உறுதி செய்யாவிட்டால் என்ன நடக்கும்?
என்று அவள் கேட்கும்போதே தேசம் கற்களை பொழிந்தது
ரத்தம் வடிய அம்மாவிடம் சொன்னாள் சிறுமி

"அம்மா கற்களை வீசாத தேசம் வேண்டும்
இல்லை உடையாத தலையாவது வேண்டும்"

வரைபடம்

கலவரக் கூட்டத்திலிருந்து
சிறுவன் ஒருவன் ஓடிவருகிறான்
எதிர்பக்கத்திலிருந்து வந்த கூட்டம்
அவன் கால்சாராயை கழற்றிப்பார்த்து
அதிர்ச்சியில் நிற்கிறது
சிறுவனின் குறியில் தேசத்தின் வரைபடம்
"தினமும் இதிலிருந்துதான் தேசத்தின் கழிவுகளை
வெளியேற்றுகிறேன்"
என்றான் சிறுவன்.

மலை இறங்குதல்

1.

கன்னிமார் கோவில் பன்னீர்மரம்
பூத்துக் குலுங்கித்தான் பார்கிறது
இப்போதெல்லாம் மலையேறி வந்து
தீபமேற்றிப்போக யார்தான் இருக்கிறார்கள்.

2.

ஒருவரும் மலையேறவில்லை
பொறுத்திருந்த கன்னிமார்சாமி
"தனியாக இருந்தால் பைத்தியம் பிடித்துவிடும்"
என்று யாருக்கும் தெரியாமல்
தினமும் ஊருக்குள் சென்று வருகிறது.

3.

யாரும் வந்து பார்க்காத
தனிமையான மனிதர்களைப்போல
தனக்குத்தானே பேசி சிரித்தது மலை
வண்ணாத்திப்பாறையில் கால்மேல் கால்போட்டு அமர்ந்திருந்த மந்தி
அத்திமரங்களிடம் சொல்லியது
"இப்போது இதற்குத் தேவை ஒரு மிகப்பெரிய தூக்க மாத்திரை."

4.

மலை பசலையில் பாம்பாய் நெளிந்தது
வெறி பிடித்ததைப்போல
இலைகளையும் பூக்களையும் உதிர்த்தது
கிளைகள் முறிந்து விழுந்தன
புள்ளினங்கள் திக்கற்றுப் பறக்கின்றன
மான்கள் விரண்டோடுகின்றன
அப்போது கரடியொன்று மலையிடம் சொன்னது

"ஒரு குடும்ப பெண்ணைப்போல நடந்து கொள்ளமாட்டாயா?
அடக்க ஒடுக்கமாக ஒரு வாளியில் தண்ணீரை எடுத்து தலையில் ஊற்றிக்கொள்"

மலை தயங்கியபடி

'சுயமைதுனம் செய்யலாமா? இல்லை கஞ்சாவை புகைக்கட்டுமா?'

"இதெல்லாம் எங்கிருந்து கற்றுக்கொண்டாய்
திமிர் பிடித்த மலையே.
அந்த நேரத்தில் நாங்கள் கண்களை மூடிக்கொண்டு
தலைகீழாகவா நிற்க முடியும்.
ஒடுங்கி இரு"

மலை அடங்காது காட்டாற்றில் குதித்தது
அப்போது எல்லாமே நீருக்குள் கவிழ்ந்தன

5.
"புலிகள் காப்புக்காடு.
ஆட்கள் மலைக்குள் செல்ல தடைசெய்யப்பட்டிருக்கிறது"
என்று வனத்துறை அறிவிப்பு பலகையை வைத்தது
தடைசெய்யப்பட்ட இடத்தில் வாழ்வது அரசுவிரோதமென
மலை அந்த இடத்திலிருந்து வெளியேறி
வடக்கு நோக்கி நடக்கத் தொடங்கியது.

மலையை காலணியாக அணிதல்

சதா மலைகளின் மீது நடந்துகொண்டே இருக்கிறேன்
மலை நகர்ந்துகொண்டே இருக்கிறது
பாறைகளின் மேல் என் ஆடுகள் படுத்துறங்குகின்றன
மஞ்சி மூடி கிடக்கிறது என் வீடு
நானோ தூரத்திலேயே நிற்கிறேன்.
தனிமையின் நீண்ட பாதத்தின்மேல்
என் கனவுகள் முணுமுணுத்தபடி அலைகின்றன
எல்லாவற்றிற்கும் உன் தலைவிதியே காரணம் என்கிறார்கள்
அதை மாற்றும்விதமாக
என் வலது கை ரேகைகளை இடதுகையாலும்
என் இடது கை ரேகைகளை வலதுகையாலும்
அழித்துக்கொண்டே இருக்கிறேன்.

எச்சம்

இப்போது மாதிரிதான் அப்போதும்
விளையாட்டிலிருந்து துரத்தப்பட்ட பொழுதெல்லாம்
நான் மட்டுமே பங்கேற்கும் விளையாட்டை
விளையாடத் துவங்கினேன்
பூக்கள் தலையில் உதிரும்படி
மரத்தைச் சுற்றிவந்தபோது
தலையில் பறவையின் எச்சம் விழுந்தது
தனியான விளையாட்டின் கருணையற்ற கணங்கள் அவை
பின் எறும்பை எடுத்து என்மேல் படரவிட்டு
கடிக்கும் எறும்பைக் கொலைசெய்யவும்
தண்ணீர் தொட்டியில் மூச்சடக்கிச் சாகவும்
கற்றுக்கொண்டேன்.

முப்பாட்டனின் நிலத்திற்கு

நீ அழுகையை நிறுத்து பொன்மலரே
ஆளுயர பொம்மைகள் கடைவிரிக்கப்பட்டிருக்கும்
பெரிய அங்காடிகளுக்கு உன்னை அழைத்துச் செல்ல முடியாது
அவை நம் ஏழ்மையை பறைசாற்றுகின்றன
நான் உன்னை நம் பாட்டனின் நிலத்திற்கு கூட்டிச்செல்வேன்
அங்கே வயல்நண்டுகளைப் பிடித்து
சாறுபிழிந்து விறகடுப்பில் சமைத்துத் தருவேன்.
பூதக்கண்ணாடிகளுக்குள் தொங்கும் வடிவான ஆடைகள்
உன் அழகிற்குப் பொருந்தாது கண்ணே
நம்ஊரில் அப்பாச்சி கடையில்
முப்பாட்டியின் கோட்டிச்சீலை நிறத்தில்
தாமரை பூப்போட்ட சீட்டிப் பாவாடையும்
கரும்பச்சைநிறத் தாவணியும்
உன் நிறத்திற்கு எடுப்பாக இருக்கும்.
எஸ்கலேட்டர்கள் உன்னைப் பயமுறுத்துவதை
நான் வெறுக்கிறேன் யாத்திரிக்கா
உன் மென்பாதம் மண் தரையில்பட
நீ நடந்து செல்லும் அழகு மீனாட்சி அம்மனுக்கு ஒப்பானது.
நாம் நம் மேற்கு மலையின் அழகை தரிசிப்போம் வா.

நான்

"உன்பெயர்"

கொஞ்சம் பொறுங்கள் அதைத்தான் யோசிக்கிறேன்
கரடி மரங்களை முட்ட
தடிசம்பழங்கள் உதிர்க்கின்றன
நான் பிறந்த ஒளிமஞ்சள் காட்டில் யுதிர்காலத்தில் மரத்திலேறி இலைகளோடு இலைகளாகி
அப்பருவம் முழுதும் கிளைகளுக்கு துணையிருப்பேன்.
பலாமரத்தின் உச்சியிலிருக்கும் தேனடைக்கு என் தாத்தனின் பெயர்வைப்பேன்.
பின்வேனிற்காலத்தில் அத்தேனெடுத்து
உறிஞ்சி சுவைப்பேன்.
சிவந்த ரோஜாக்களோடு தேன்கூட்டின்மெழுகு சேர்த்து வண்ணமாக்கி,
கரும்பச்சை இளம் மரங்களில்
வரையாடுகளின் கொம்புகளை வரைவேன்.

"பெயரைக் கேட்டால் என்னென்னவோ பேசுகிறாயே உன் பிரச்னைதான் என்ன"

நீர்ப்பூச்சி
காற்றிலாடும் கம்மம்புல்லு
மரத்திலேறும் கடுவன்பூனை
சுனைநீரின் ஓசை
மா பழுக்கும் வாசனைப்பொழுதுகள்
பனிக்காட்டில் தேனெடுக்கும் மலைப்பெண்ணின் பாடல்
மூப்பனின் மரக்குச்சி எழுப்பும் இலைகளின் சத்தம்
மாடுமேய்ப்பவனின் கண்களில் ஊரும் நீர்மலை
திரேகமெங்கும் பச்சை குத்தியிருக்கும் அப்பத்தா
எல்லாம் நினைவில் இருக்கிறது.
குடுகுடுவென்று மலையிறக்கத்தில்ஓடி

பயமுறுத்தும் விளையாட்டை நான் விளையாடும்போது,
மிளகுக்கொடிகளின் நிழல்படிந்த வீட்டிலிருந்து
அம்மா ஏதோ ஒரு பெயர் சொல்லி என்னை அழைப்பாள்
எவ்வளவு யோசித்தாலும் அப்பெயர் மட்டும் என் நினைவில் இல்லை.
வேண்டுமென்றால் இப்படி வைத்துக்கொள்ளுங்கள்
நான் "பெயரற்ற பழங்குடி".